தடைக்கல்லே படிக்கல்

பேராசிரியர் ந.பழனி அவர்கள் சர்வதேசஅளவில் புகழ் பெற்ற இயன்முறை மருத்துவர் ஆவார்.

வேலூர் CMC மருத்துவமனையில் இயன்முறை மருத்துவக் கல்வி பயிற்சியின் தலைமைப் பொறுப்பினை வகித்து வந்தார். அத்துடன், டாக்டர். பால் பிராண்டுடன் இணைந்து தொழுநோய் ஆய்வு பயிற்சி மேற்கொண்டதன் மூலம் தொழுநோயாளி களுக்கு ஏற்படக்கூடிய விளைவுகள் பற்றிய ஆய்வுப் பணியை மேற்கொண்டார்.

இவர் தற்சமயம் புகழ்பெற்ற சேலம் விநாயகாமிஷன்ஸ் கல்லூரியின் இயன்முறை மருத்துவ இயக்குநராகப் பணி புரிவதுடன், இயன்முறை மருத்துவக் கல்வியை மேம்படுத்தும் வகையில் பயிற்சியாளராகவும் இருந்துவருகிறார்.

இவர் பாரத் ஜோதி விருது பெற்றுள்ளார். 2002-ல் சர்வதேச பதிப்பக நிலையத்தால் (International Publishing House) வழங்கப்பட்ட சிறந்த இந்திய குடிமகனுக்கான விருது திரு. வாஜ்பாய் மற்றும் மன்மோகன்சிங் போன்றவர்களுடன் இவருக்கும் வழங்கப்பட்டது.

இந்தியன் இயன்முறை மருத்துவர் கூட்டமைப்பு 1990ல் இவருக்கு முக்கிய Fellowship விருதை அளித்து கௌரவித்தது. இந்தியன் அசோசியேஷன் ஆஃப் பிசியோதெரபிஸ்ட் அமைப்பு 1990-2015இல் வாழ்நாள் சாதனையாளர் விருதை இவருக்கு அளித்துள்ளது.

தடைக்கல்லே படிக்கல்

ந. பழனி

கிழக்கு

தடைக்கல்லே படிக்கல்
Thadaikalle Padikkal
N.Palani ©

First Edition: November 2015
96 Pages
Printed in India.

ISBN: 978-93-84149-44-4
Title No: Kizhakku 864

Kizhakku Pathippagam
177/103, First Floor,
Ambal's Building, Lloyds Road,
Royapettah, Chennai 600 014.
Ph: +91-44-4200-9603
Email : support@nhm.in
Website : www.nhm.in

Kizhakku Pathippagam is an imprint of New Horizon Media Private Limited

என்னை வளர்த்து ஆளாக்கிய
என் நினைவில் வாழும் பெரியப்பா
காலஞ்சென்ற திரு T. G. கிருஷ்ணசாமி
அவர்களுக்கு இப்புத்தகத்தைச் சமர்ப்பிக்கிறேன்.

•

என்றென்றும் என் வளர்ச்சிக்கு
உறுதுணையாக இருந்துவரும்
என் மனைவி திருமதி S. தனலட்சுமி,
மற்றும் என் மகள்கள்
திருமதி P.வாசுகி,
திருமதி P. கலைவாணி
ஆகியோருக்கு என் அன்பு.

அணிந்துரை

Prof.V.CHOCKALINGAM
M.D.(Med.) D.M.(Cardilogy), F.I.S.E. (IND)
F.C.C.P.,F.I.C.A., (USA), M.N.A.M.S, (Cardiology), D.Sc.,
Phone : Res : 26441717,
Clinic : 26426565, Mobile : 98410 91717
E-mail : drvecee27@ymail.com

பேராசிரியர் திரு. ந.பழனி அவர்கள் படைத்த 'தடைக்கல்லே படிக்கல்' என்ற சுய சரிதை நூலுக்கு அணிந்துரை எழுதுவதில் பெரு மகிழ்ச்சியடைகிறேன். அவர் தம் வாழ்க்கை யின் பயணத்தில் சந்தித்த துன்பங்கள் அனைத்தையும் தடைக்கல் என்று எண்ணித் துவண்டுவிடாமல், அவைகள் அனைத்தையும் முன்னேற்றம் அடையும் படிக்கல்லாக மாற்றிக்கொண்டார்.

எளிய பண்பாடு மிக்க குடும்பத்தில் பிறந்து. சிறு வயதிலேயே தன் தந்தையை இழந்த நிலையில் பெரியப்பா திரு.T.G. கிருஷ்ணசாமி, சித்தப்பா திரு. T.G. கோவிந்தராஜ் அரவணைப்பில் வாழ்க்கையை அமைத்துக்கொண்டார். திரு. T.G. கோவிந்தராஜ் மகள் டாக்டர் மனோன்மணி மற்றும் அவரது சகோதர, சகோதரிகளுக்கு முன்னுதாரணமாகத் திகழ்ந்தார்.

'தொழுநோய்' என்ற சொல்லை உச்சரிப்பதற்கே வாய் கூசும் என்று அஞ்சும்

மக்களிடையே அந்நோயினால் சிறு வயதிலே பாதிக்கப்பட்டு, உலகப் புகழ் பெற்ற டாக்டர் R.G. காக்கரின் (வேலூர் CMC மருத்துவமனை) மூலம் கண்டறியப்பட்டு, பின் பூரண குணமடைந்து, தன் வாழ்க்கையையே தொழு நோயாளிகளுக்கு மறுவாழ்வு அமைந்திட அர்ப்பணித்துக் கொண்டது மிகவும் போற்றுதலுக்கு உரியதாகும்.

2001ஆம் ஆண்டு பாரத ஜோதி விருதும், 2002ம் ஆண்டு சிறந்த இந்திய குடிமகன் விருதும் அவருக்கு வழங்கப்பட்டது.

அவர் சிந்தனை, சொல், செயல் அனைத்தும் தன்னைச் சார்ந்த சமுதாயத்தை முக்கியமாக, இளைய தலைமுறை மேன்மை அடைய வேண்டும் என்ற ஒரே நோக்கத்துடன், தான் கற்றுக்கொண்ட வாழ்க்கையின் பாடத்தை இந்நூலின் மூலம் அனைவரும் படித்துப் பயன்பெறவேண்டும் என்று எண்ணும் எண்ணத்தைக் கண்டு நான் பெருமிதம் அடைகிறேன்.

40 ஆண்டுகள் இயன்துறை மருத்துவ தலைமையாளராக CMC மருத்துவமனையில் பணியாற்றி 1996ல் ஓய்வு பெற்ற பின்னரும் இன்று வரை விநாயக மிஷின் கல்லூரியில் அதே துறையில் பணியாற்றி வருகிறார்.

100 வருடம் கடந்தும் அவர் பணி தொடர வாழ்த்துகிறேன்.

டாக்டர்.வி.சொக்கலிங்கம்

நன்றி

'**த**டைக்கல்லே படிக்கல்' என்ற இந்தப் புத்தகத்தை நான் எழுதுவதற்கு மூல காரணமாக இருந்தவர் உலகப் புகழ் பெற்ற மருத்துவர், Dr. பால் பிராண்ட் என்பவர். இவர் வேலூர் C.M.C மருத்துவமனையில் கை ஆராய்ச்சி நிலையத்தில் தலைமை யேற்று அரிய பணியாற்றினார். நான் இவரது தலைமையின்கீழ் ஏழு வருடங்கள் பணி புரிந்திருக்கிறேன். எனக்கு தொழுநோய் ஏற்பட்டதின் விளைவாக நான் சிறுவயதில் பள்ளி யிலிருந்து நீக்கப்பட்டிருந்தேன். இந்தச் சூழ்நிலையில் பலவித இடர்பாடு களுக்கிடையிலேயும் மனச் சோர்வு அடையாமல் விடாமுயற்சியுடன் படித்ததினால் வாழ்க்கையில் முன்னேற முடிந்தது. இதனாலேயே Dr. பால் பிராண்ட் என் அனுபவங்களை புத்தக வடிவில் கொண்டுவந்தால் அது மக்களுக்கு பயனுள்ளதாக அமையும் என்று கூறி வந்தார். அந்த மகத்தானவருக்கு என் நன்றி உரித்தாகுக.

நான் சுமார் 40 வருடங்கள் இயன்முறை (PHYSIOTHERAPY) மருத்துவராகவும், இயன் முறை கல்வி பயிற்சி யாளராகவும், வேலூர் C.M.C மருத்துவமனையில் பணியாற்றினேன். எனக்கு இந்த அருமையான தொண்டு

செய்யும் வாய்ப்பளித்த C.M.C மருத்துவமனைக்கு என் நன்றியை உரித்தாக்குகிறேன். இப்பொழுது பணியாற்றும் விநாயகா மிஷின்ஸ் பல்கலைக் கழகத்திற்கும் என் நன்றி உரித்தாகுக.

இப்புத்தகத்தில் என்னைப் பற்றிச் சொல்வதைக் குறைத்துக் கொண்டு என்னுடன் பழகிய Dr. பால் பிராண்ட், Dr. A.J. செல்வபாண்டியன், Dr. FRITSCHI, Dr. S. KARAT, திரு பாபா ஆம்டே, திரு வினோபாபாவே, Prof. T.N. ஜெகதீசன், Dr. C K. ஜோப், Dr. K.V. தேசிகன், Dr. Mary Verghese Group Captain Chesire இவர்களின் தொண்டினை மனதில் இருத்தி செயலாற்ற முற்பட்டேன். அவர்களுக்கு என் நன்றி உரித்தாகுக.

இப்புத்தகத்தை எழுதுவதற்கு அடிக்கடி என்னை உற்சாகப் படுத்தி இதனை நூல் வடிவில் கொண்டுவர முயற்சி எடுத்துக் கொண்ட எனது மூத்த மகள் Er. P. வாசுகி அவர்களுக்கும், நேரம் காலம் பார்க்காமல், நான் எப்பொழு தெல்லாம் சொல்கிறேனோ அப்பொழு தெல்லாம் அதனை எழுதி நூலாக்கத்திற்கான, ஆக்கப் பூர்வமான அனைத்து உதவிகளையும் செய்து வந்திருந்த என் மனைவி திருமதி எஸ்.தனலட்சுமி அவர்களுக்கும், என் மீதும், என் குடும்பத்தினர் மீதும் எப்போதும் அன்புகொண்டு உறுதுணையாக இருந்து வந்திருக்கும் என்னுடைய பெரிய அக்கா பாப்பியும், என்னுடைய தங்கை காந்தா, என் மாமா அருணாசலம், என் தம்பி கதிர்காமன் ஆகியோருக்கும், மேலும் எனக்கு எப்போதும் பக்கபலமாக இருந்து கொண்டிருக் கும் என் இளைய மகள் Dr. கலைவாணி, என் மருமகன்கள் Er. முரளிபாபு, Dr. குலோத்துங்க சோழன் மற்றும் குழந்தைகள் பிருந்தா, இலக்கியா, முகிலன், என் தங்கை பார்வதி ஆகியோருக்கும் இந்த சமயத்தில் என் அன்பினை வெளிப்படுத்துகிறேன். இந்தப் புத்தகம் வெளிவருவதற்கு உறுதுணையாக இருந்து வந்திருக்கும் என் நண்பர்கள் அனைவருக்கும் என் நெஞ்சார்ந்த நன்றியினைத் தெரிவித்துக் கொள்கிறேன். இவர்களுடன் திரு ப.கோவிந்தராசு அவர்களுக்கும் இந்நூலினை பதிப்பித்த கிழக்கு பதிப்ப கத்தாருக்கும் என் உளம் மிகுந்த நன்றியை தெரிவித்துக் கொள்கிறேன்.

முன்னுரை

ஆந்திரப் பிரதேசத்தில் உள்ள சாமல்காட் என்னுமிடத்தில் பிறந்த ஒரு சாமானியன், பல்வேறு சோதனைகளைக் கடந்து ஒரு சாதனையாளனாக (Physiotherapist) இயன் முறை மருத்துவர் N. பழனி என்னும் பெயருடன் அடையாளப்பட்டிருக்கிறேன். என் பால்ய பருவத்தில், தெனாலியில் ரயில்வே குடியிருப்பில் எங்கள் வீடு இருந்தது. என் தந்தை நரசிம்மன் இந்தியன் தொடர்வண்டித் துறையில் வேலையில் இருந்தார்.

அவர் நிமோனியா ஜுரத்தினால் பாதிக்கப் பட்டு 1942 ம் ஆண்டு 32வது வயதில் விஜயவாடா ரயில்வே மருத்துவமனையில் இறந்தார். என் தந்தையின் அண்ணன் T.G. கிருஷ்ணசாமி எங்கள் மீது இரக்கப்பட்டு எங்களை வேலூருக்கு அழைத்து வந்தார்கள். வேலூர் எங்கள் மூதாதையர் ஊர். என் பெரியப்பா அங்கேயே என்னை பள்ளியில் சேர்த்து படிக்கச் செய்தார். நானும் பள்ளியில் ஆர்வத்துடன் என் படிப்பைத் தொடர்ந்தேன்.

ஒருநாள் உலகப் புகழ்பெற்ற டாக்டர் R.G. காக்ரின் வேலூர் CMC மருத்துவ மனையிலிருந்து மாணவர்களுக்கான மருத்துவப் பரிசோதனைக்காக எங்கள்

பள்ளிக்கு வருகை தந்தார். என்னைப் பரிசோதித்தபோது என் உடலில் சில வெள்ளைத் தழும்புகள் இருப்பதைப் பார்த்து நான் தொழுநோயினால் பாதிக்கப்பட்டிருப்பதாக அறிவித்தார். அவர் என் படிப்பை நிறுத்தும்படி கூறி செங்கல்பட்டில் உள்ள தொழுநோய் மருத்துவமனையில் சேர்ந்து சிகிச்சை பெறுமாறு அறிவுறுத்தினார். அதன்படியே 1942ம் ஆண்டு என் சித்தப்பா T.G. கோவிந்தராஜு சிகிச்சைக்காக செங்கல்பட்டு மருத்துவ மனையில் என்னைச் சேர்த்து சிகிச்சை பெறச் செய்தார்.

தந்தையை இழந்து தாயாரும் மனநலம் பாதிக்கப் பட்டிருந்த நிலையில் உறவினர்கள் யாருடைய தொடர்பும் இல்லாம லிருந்தது மிகவும் வேதனையளித்தது. மருத்துவ மனையில் நீண்ட நாட்கள் நான் அழுதபடியே இருந்தேன். எனது இந்தத் துயரத்தை இது போன்ற நிலையில் இருந்தவர்களால் மட்டுமே உணரமுடியும். நான் மருத்துவமனையில் சிகிச்சை பெற்ற படியே அங்கிருந்தே தினந்தோறும் பள்ளிக்குச் செல்ல ஆரம்பித்தேன். 1942 லிருந்து 1946 வரை நான்கு வருடங்கள் அந்த செங்கல்பட்டு மருத்துவமனையில் தங்கி சிகிச்சைப் பெற்றேன். வாரம் தவறாமல் 'சால்மோக்ரா ஆயில்' எண்ணெயை ஊசியின் மூலமாக உடலில் செலுத்தி தொழுநோயைக் கட்டுப்படுத்து வார்கள். அக்காலத்தில் முற்றிய தொழு நோயாளிகளை குணப் படுத்துவது கடினம். 1946-ல் என் தொழுநோய் முற்றிலும் குணமடைந்து செங்கல்பட்டிலிருந்து வேலூர் வந்து சேர்ந்தேன். மருத்துவமனையில் எனக்கு தொழுநோய் முற்றிலும் குண மடைந்து விட்டது என்று சான்றளித்தார்கள். வேலூர் வந்து சேர்ந்த பிறகு என் பெரியப்பாவிற்கு அவர் கடையில் உதவி யாளராக இருந்தேன். சில மாதங்களுக்குப் பிறகு என் பெரியப்பா மீண்டும் என் படிப்பைத் தொடர்வதற்கு உயர்நிலைப்பள்ளியில் சேர்த்துவிட்டார்.

உயர்நிலைப்பள்ளியில் என்னுடைய படிப்பு முடிந்தபிறகு வேலூர் கிறித்துவ மருத்துவமனையில் இயன்முறை மருத்துவ உதவியாளராக மாதம் 20 ரூபாய் பயிற்சி ஊதியமாகப் பெற்று நீண்ட காலம் ஊழியம் செய்தேன்.

தொழுநோய் பாதிக்கப்பட்டவர்கள் முற்பிறவியில் ஏதோ பாவம் செய்தவர்களாக சமூகத்தால் புறக்கணிக்கப்பட்டு வந்த காலத்தில் மருத்துவர் R.G. காக்ரின் அவர்களின் அறிவுறுத்

தலினால் நோயின் பிடியிலிருந்து விடுபட்டவனாக பள்ளிக் கல்வி, உயர்நிலைக் கல்வி முடிந்து பின்னாளில் CMC மருத்துவ மனையில் இயன்முறை மருத்துவக் கல்விப் பயில எனக்குக் கிடைத்த வாய்ப்பும், அங்கேயே பல்வேறு மருத்துவர்களுடன் இயன்முறை மருத்துவராக பணியாற்றக்கூடிய வாய்ப்பும் கிடைக்கப்பெற்றது பெரும் பேறுதான்.

DR. பால் பிராண்ட் CMC மருத்துவமனையில் பணியாற்றினார். இவரின் தொழுநோய் சிகிச்சை முறைகள் மற்றும் கண்டு பிடிப்புகள் உலகம் முழுவதும் இன்றுவரை பின்பற்றப் படுகின்றன. இயன்முறை மருத்துவத் துறையில் நன்கு படித்து திறமையுடன் விஷயங்களை அறிந்து தொழிலில் முழு ஈடுபாட்டுடன் வேலை செய்தால்தான் DR. பால் பிராண்டுடன் நெருங்கி வேலைசெய்ய வாய்ப்பு கிடைக்கும். அவருடன் எனக்கு ஏற்பட்டிருந்த பழக்க வழக்கங்களினால் தொழு நோயாளிகளிடம் அவர்களின் உணர்வறிந்து எவ்வாறு பழக வேண்டும், எப்படி நடந்துகொள்ள வேண்டும் என நான் கற்றுக் கொண்ட விஷயங்கள் அநேகம். அப்படி நான் கற்றதொரு நல்ல பாடத்தையும், எனது அனுபவங்களையும் முழுமையாக ஒன்று திரட்டி இந்நூலில் அளித்திருக்கிறேன். இக்கால இளைஞர்கள் தமக்கு வரும் இன்னல்களிலிருந்து விடுபட்டு சோர்வுறாமல் முன்னேற என் வாழ்க்கை ஒரு படிப்பினையாக அமையும் என்கிற நம்பிக்கையே இந்த நூல் ஆக்கம் பெறுவதற்கான காரணமாக அமைகிறது.

இந்த நூலில் இயன்முறை மருத்துவராக CMC மருத்துவ மனையில் பணியாற்றத் தொடங்கியதிலிருந்து பணி ஓய்வு பெறும்வரை நான் சந்தித்த சக மருத்துவர்கள் குறித்தும், என்னிடம் சிகிச்சைப் பெற்ற தொழுநோயாளிகள் குறித்தும், அந்த நாட்களில் என் குடும்ப இயக்கம் குறித்தும் எனக்கு ஏற்பட்டிருந்த அனுபவங்கள் அளவில்லாதவை.

மக்களால் இன்றும் மிக மோசமான நோயாகக் கருதப்படுகின்ற தொழுநோயினை குணப்படுத்துவதற்காக, CMC மருத்துவ மனையிலிருந்து பணி ஓய்வுப் பெற்ற பிறகும், கல்வித் துறையிலும், பிற வகையிலும் புகழ் பெற்ற சேலம் விநாயகா மிஷனில் தொடர்ந்து இயன்முறை மருத்துவப் பணியாற்றிக் கொண்டிருக்கிறேன். எனது உடல் ஒத்துழைக்கும் காலம்வரை

நான் ஓயாது இம்மருத்துவப் பணியாற்றுவேன் என்பது உறுதி.

இந்தத் துறையில் வாழ்வாங்கு வாழ்ந்து நான் பெற்ற பலநூறு அனுபவங்களை மக்களுக்குத் தெரிவிக்க வேண்டும் என்னும் விருப்பம் என்னுள் ஏற்பட்டதன் விளைவே உங்கள் கைகளில் தவழும், 'தடைக்கல்லே படிக்கல்' என்னும் இந்த நூல். மேலும் Dr. பால் பிராண்ட் நான் என் சுயசரிதையை எழுதினால் மக்களுக்கு பயனுள்ளதாக அமையும் என்று கூறினார். அதுவும் கூட எனக்குள் பெரும் தூண்டுதலை உண்டாக்கியது.

என்னுடைய இந்த நூலில் தொழுநோய் சார்ந்த மருத்துவம் மட்டுமின்றி மக்களுக்கு ஏற்படக்கூடிய இன்னும் பிறவகையான நோய்களுக்கும் சிகிச்சை முறைகள் தெளிவுப்படுத்தப் பட்டுள்ளது. என் மகள் Er. P. வாசுகி என்னை பலவிதத்திலும் ஊக்குவித்து இந்தப் புத்தகம் எழுதுவதற்கான முயற்சிகளை மேற்கொள்ளும்படி செய்தார். மேலும் கிழக்கு பதிப்பகத்தார் ஆக்கப்பூர்வமான உற்சாகத்தை அளித்து இப்புத்தகம் வெளிக் கொணர்ந்தமைக்கு என் மனமார்ந்த நன்றியை இவர்களுக்கு தெரிவித்துக் கொள்கிறேன்.

அன்புடன்

N. பழனி, இயக்குநர் V.M.C.P.T

விநாயகா மிஷின்ஸ்,

சேலம் - *636308*

அலைபேசி: *9629851191*

தடைக்கல்லே படிக்கல்

இயன்முறை மருத்துவர் N. பழனி என்னும் பெயருடன் இன்று மக்களிடம் அடையாளப்பட்டிருக்கும் நான் ஆந்திரப் பிரதேசத்தில் உள்ள சாமல்கட் என்னுமிடத்தில் *1936* ல் பிறந்தேன். தெனாலியில் ரயில்வே குடியிருப்பில் எங்கள் வீடு இருந்தது.

எனக்கு பாப்பி என்ற மூத்த சகோதரியும், பார்வதி, காந்தா என்று இரு தங்கைகளும் இருந்தார்கள். என் அம்மா சாரதா அழகானவர்கள். நன்றாகப் பாடுவார்கள். என் தந்தை நரசிம்மன் இந்தியன் தொடர்வண்டித் துறையில் வேலையில் இருந்தார். எங்களை அடிக்கடி சுற்றுலாவாக பல இடங்களுக்கு அழைத்துச் சென்றிருக்கிறார். மதுரை, ராமேஸ்வரம், தஞ்சாவூர், வடலூர் போன்ற இடங்களுக்கு அவர் அழைத்துச் சென்றது மங்கலாக நினைவிருக்கிறது.

என் தந்தை மிகவும் தெய்வபக்தி உடையவர். தவறாமல் பூஜை, பிரார்த்தனைகள் செய்பவர். வள்ளலார் மீது பெரும் பக்தி கொண்டவர். வள்ளலாரின் கொள்கைகளைப் பின்பற்றுபவர். சைவ உணவு உண்பவர். எனக்கு ஆங்கிலம் பேசவும் எழுதவும் கற்பித்தவர். விலங்குகளிடம் இரக்கம் காட்டுபவர்.

ஒருநாள், ஒரு ஆமையை நான் கிணற்றில் பார்த்தேன். அது அடிக்கடி

வெளியே வந்து தண்ணீரில் மறைந்துவிடும். நான் வாளியின் வாயிலாக ஆமையை வெளியே எடுத்துவிட்டேன். நான் அவ்வாறு செய்ததில் என் தந்தை வருத்தம் அடைந்தார். என்னை அடிக்கவும் செய்தார்.

தெனாலியில் எனது தகப்பனார் எங்கள் வீட்டின் எதிரில் ஒரு சிறிய தோட்டம் அமைத்து மூங்கில் கழிகளால் வேலி ஒன்றை அமைத்தார். கதவு பொருத்தி ஆடுமாடுகள் நுழையாதவாறு செய்து, தோட்டத்தில் ரோஜா செடிகள் காய்கறிகள் மற்றும் வாழை மரங்கள் வளர்த்தார். இதில் கிடைக்கும் காய்கறிகளை வீட்டுச் சமையலுக்குப் பயன்படுத்தி வந்தோம்.

மளிகை சாமான்கள் வாங்க அப்பா கடைக்குச் செல்லும்போது நானும் அவருடன் செல்வேன். அக்காலத்தில் ஒரு ரூபாய்க்கு இருபது கிலோ அரிசி வாங்குமளவுக்கு விலை மிகவும் மலிவாக இருந்தது. காய்கறிகள், பழங்களின் விலையும் மலிவுதான்.

அந்தக் காலத்தில் கிருஷ்ணா நதியின் ரயில்வே பாலத்தின் மேல் கடந்து செல்வதற்காக ஒரு பாதையை அமைத்திருந்தார்கள், அந்தப் பாதையின் வழியாக கிராமத்து மக்கள் ரயில்வே பாலத்தின் மீது நடந்து பெஜ வாடா (விஜயவாடா) நகரத்திற்குச் செல்வார்கள். ஒருநாள் நானும் என் தகப்பனாரும் அந்த ரயில்வே பாலத்தின் நடைபாதையில் நடந்துக் கொண்டிருந்தோம். நான் சிறுவனாக இருந்தபடியால் கீழே அகண்ட நதியைப் பார்த்தபோது மிகவும் பயந்து போனேன். அப்பா எனக்கு தைரியம் சொன்னார்கள். ரயிலில் பிரயாணம் செய்கிற மக்கள் அப்பாலத்தைக் கடக்கும்போது கடவுள் கொடுத்த இந்நதியை புண்ணிய நதியாக வணங்கிச் செல்வதை இன்றும் வழக்கமாகக் கொண்டிருக்கிறார்கள்.

என் தகப்பனார் தெனாலியில் ஆரம்பப் பள்ளியில் என்னைச் சேர்த்தார். அங்கு சிறிதளவு தெலுங்கு படிப்பதற்குக் கற்றுக் கொண்டேன். படிக்கும் பிள்ளைகள் யாவரும் நன்றாகச் சத்தம் போட்டு படிக்க வேண்டும் என்று ஆசிரியர் கட்டளையிடுவார். படிக்கும் சப்தம் குறைந்துவிட்டால் வரிசைக்கிரமமாக பிரம்பால் எல்லோரையும் அடித்துவிட்டுச் செல்வார். மறுபடியும் மாணவர்கள் இரைச்சல் போட்டுப் படிப்பார்கள். இப்பள்ளிக் கூடத்திற்கு நான் செல்வதற்கு தெனாலியில் உள்ள ரயில்வே ஸ்டேஷனில் ரயில்வே இருப்புப் பாதைகளைக் கடந்து செல்ல வேண்டியிருந்தது.

ஒருநாள், நான் ஒரு புத்தகப் பையுடன் இருப்புப் பாதையைக் கடந்துசெல்ல முயற்சித்தபோது அதிவேக ரயில் ஒன்று என் அருகிலேயே வேகமாகச் சென்றது. எஞ்சின் டிரைவர் என்னைப் பார்த்து கோபமாக கத்திக் கொண்டு போவதைப் பார்த்தேன். என் தகப்பனார் தூரத்திலிருந்து பார்த்து என்மீது கோபித்துக் கொண்டார்.

இத்தகைய என் பாசத்திற்குரிய தந்தையார் திடீரென நிமோனியா ஜுரத்தினால் பாதிக்கப்பட்டார். அக்காலத்தில் ஜுரம் குணமாவதற்கு பென்சிலின் மருந்து இந்தியாவில் பிரபலமாகாதிருந்த நேரம். அவர், தான் பிழைக்கமாட்டோம் என அறிந்து எங்களை அணைத்துக்கொண்டு அழுதார்.

அவர் நினைத்ததுபோலவே *1942* ம் ஆண்டு, தனது 32வது வயதில் என் அம்மா, நாங்கள் நான்கு பிள்ளைகளையும் விட்டு விஜயவாடா ரயில்வே மருத்துவமனையில் காலமானார். எங்கள் பெரியப்பா, தாத்தா எல்லோரும் வந்திருந்தார்கள். அப்போது என் அம்மாவும் மனநலம் பாதிக்கப்பட்டிருந்தார். அவருக்கு முன்பு குழந்தை பிறந்தபோது இவ்வாறு அவரது மனநலம் கெட்டுப் போனது. கணவர் மேலிருந்த பரிவும் அன்பும் அந்நிலையிலும்கூட அவர் இறந்ததுகூட தெரியாமல் கை விசிறியால் அவர் உடலை விசிறிக் கொண்டிருந்தது எல்லோர் மனத்தையும் நெகிழ வைத்தது. கிருஷ்ணா நதி அருகில் உள்ள சுடுகாட்டில் தந்தையை அடக்கம் செய்து விட்டு வந்தோம்.

என் தந்தையின் அண்ணன் T.G. கிருஷ்ணசாமி எங்கள் மீது இரக்கப்பட்டு எங்களை வேலூருக்கு அழைத்து வந்தார். வேலூர் எங்கள் மூதாதையர் ஊர். என்பெரியப்பா எனது இளமைக் கல்விக்கு வேலூரிலேயே பள்ளியில் சேர்த்து படிக்க வைத்தார்.

ஒருநாள் நான் பள்ளி முடிந்து வீட்டிற்கு வந்தபோது மனநலம் பாதிக்கப்பட்டிருந்த என் தாயார் என் சகோதரிகளை அழைத்துக்கொண்டு தெனாலி வீட்டைத் தேடிச் சென்றதாக பக்கத்திலுள்ளவர்கள் சொன்னார்கள். வீட்டிலிருந்து சுமார் பத்து கிலோ மீட்டர் தூரம் வரை சென்று விட்டிருந்தார்கள். ஆனால் அதிருஷ்டவசமாக தெரிந்த மனிதர் ஒருவர் இவர்கள் எல்லோரையும் பார்த்து திரும்பவும் அழைத்து வந்து வேலூரில் எங்கள் வீட்டில் சேர்த்தார்.

பள்ளியில் என் படிப்பைத் தொடர்ந்தேன். ஒரு நாள் உலகப் புகழ்பெற்ற டாக்டர் R.G. காக்ரின் வேலூர் CMC மருத்துவ மனையிலிருந்து மாணவர்களுக்கான மருத்துவப் பரிசோதனைக் காக எங்கள் பள்ளிக்கு வருகை தந்தார். என்னைப் பரிசோதித்த போது என் உடலில் சில வெள்ளைத் தழும்புகள் இருப்பதைப் பார்த்து நான் தொழுநோயினால் பாதிக்கப்பட்டிருப்பதாக அறிவித்தார். அவர் என் படிப்பை நிறுத்தும்படி கூறி செங்கல் பட்டில் உள்ள தொழுநோய் மருத்துவமனையில் சேர்ந்து சிகிச்சை பெறுமாறும் அறிவுறுத்தினார். மேலும் DR. காக்ரின் எங்கள் வீட்டைத் தேடிவந்து என்னுடைய சிகிச்சையின் முக்கியத்து வத்தை குடும்பத்திலுள்ள பெரியவர்களிடம் விளக்கிக் கூறினார். அடுத்து செய்யவேண்டியதைப் பற்றியும் ஆலோசனைகள் தந்து சென்றார்.

தொழுநோய்

தொழுநோய் என்பது கிருமிகளால் ஏற்படக்கூடியது என்பது *1873*-ல் Dr. Hansen என்பவரால் கண்டு பிடிக்கப்பட்டது. இதற்கு முந்தைய காலங்களில் தொழுநோய் என்பது மிகவும் பயங்கர மான ஒரு நோயாகவும், கடவுளின் சாபத்தினால் ஏற்படும் வியாதியாகவும், ஒழுக்கம் தவறிய பாலின சேர்க்கையால் ஏற்படும் நோய் என்றும், பரம்பரையாக உண்டாகும் வியாதி என்றும் முற்பிறவியில் செய்த பாவங்களின் நிமித்தமாக ஏற்படும் வியாதி என்றும் பலவிதமாகக் கருதப்பட்டது. இவ்வியாதி ஏற்பட்டவர்கள் வாழ்க்கையில் ஒரு விமோசனமும் இல்லாமல் நடைபிணமாகவே வாழ்ந்து கொண்டிருந்தார்கள். ஒழுங்கான மருத்துவம் ஏதுமில்லாமல் இவர்களுடைய கை கால்களில் அங்கஹீனம் உண்டாகி கால்களில் புண்கள் ஏற்பட்டு, இவர் களெல்லாம் தீண்டத்தகாதவர்களாக, கேவலமாக மதிக்கப் பட்டு, வீட்டிலும் அனுமதிக்கப்படாமல் புறம்பே தள்ளப் பட்டார்கள். இதனால் பலர் பிச்சையெடுத்து தெரு ஓரங்களில் உறங்கினார்கள்.

*1930*களில் ஜப்பானில் நோயாளிகள் அனைவரையும் தனிமைப் படுத்தி மருத்துவமனை விடுதிகளில் தங்க வைத்தார்கள். *1937*ல் சீனாவில் *80* தொழுநோயாளிகளை சுட்டுத் தள்ளி அவர்களை சுண்ணாம்புப் பள்ளங்களில் தள்ளினார்கள்.

1940களில் சால்மோக்ரா எண்ணெய், ஊசியின் வாயிலாக உடம்பில் செலுத்தப்படுதல் தொழுநோயாளிகளுக்கு ஓரளவிற்குப் பயனுள்ளதாக அமைந்தது. 1950களில் Dapson, என்னும் மாத்திரை நோயாளிகளுக்குக் கொடுக்கப்பட்டு அதனால் கிருமிகள் அழிக்கப்பட்டு நோயாளிகள் ஓரளவுக்கு நிவாரணம் பெற்றார்கள். மருந்துகளின் செயல்பாடு மிகவும் மெதுவாக வேலை செய்வதால் இம்மருந்தினை வருடக் கணக்கில் சாப்பிட வேண்டியிருந்தது.

1981களில் மூன்று கூட்டு மருந்துகள் சிகிச்சைக்கு பரந்த அளவில் பயன்படுத்த ஆரம்பிக்கப்பட்டது. கூட்டு மருந்துகள் Dapson, Rifampicin, Clofizimine ஆகிய மருந்துகள் நோயாளிகளின் நோய்க்கிருமிகளை வேகமாக அழிப்பது வரப்பிரசாதமாக அமைந்தது. இம்மருந்துகள் நன்கு வேலை செய்வதால், அதிகம் தொழுநோய் பாதிக்கப்பட்ட நோயாளிகள் தொடர்ந்து ஒரு வருடத்திற்கு வேளை தவறாமல் சாப்பிட்டு சிகிச்சை பெற்றால் பூரண குணமடைய முடியும். குறைவாக பாதிக்கப்பட்ட நோயாளிகள் ஆறு மாதங்கள் கூட்டு மருந்தினை சாப்பிட்டு வந்தாலே பூரண குணமடையலாம்.

இந்தியா, சீனா, பங்களாதேஷ், இந்தோனேஷியா, ஆப்பிரிக்க நாடுகளில் இந்நோய் மிகுந்த அளவில் பரவியிருந்ததால் உலக சுகாதார ஸ்தாபனம் 1995லிருந்து இக்கூட்டு மருந்தினை எல்லா நாடுகளுக்கும் இலவசமாக விநியோகித்து வருகிறது. இச்செயல்முறை எல்லா நாடுகளிலும் தீவிரமாக செயல்பட்டு வருகிறது.

இவ்வியாதியின் அடையாளங்களை வியாதி ஏற்பட்டு ஐந்து வருடங்களுக்குப் பிறகு காணமுடியும். இவ்வியாதியானது அதிவேகமாக பரவும் தொற்று நோயாக இல்லாதிருந்தாலும் சிகிச்சை பெறாத தொற்றுநோயாளிகளுடன் மற்றவர்கள் நெருங்கிப் பழகினால் அதன் மூலம் இவ்வியாதி சிலருக்கு ஏற்பட வாய்ப்பு இருக்கிறது என்று அறியப்படுகிறது.

இவ்வியாதியானது ஆரம்பத்திலேயே கண்டு பிடிக்கப்பட்டு கூட்டு மருந்து சிகிச்சைப் பெற்றால் முற்றிலும் குணமடைவது மட்டுமல்லாமல் நோயாளிகளுக்கு அங்கஹீனம் ஏற்படாமல் தடுக்கவும் முடியும். ஆனால் பெரும்பாலும் இவ்வியாதியைக் குறித்து பயம் மக்களிடையே இருப்பதால் வியாதி இருப்பவர்கள் ஆரம்பத்திலேயே சிகிச்சைக்கு வருவதில்லை. இதைத் தவிர்க்க

வேண்டும். எந்த அச்சமும் தயக்கமும் இல்லாமல் நோயாளிகள் தங்கள் வியாதியை மறைக்காமல் ஆரம்பத்திலேயே மருத்துவரை அணுகி சிகிச்சை பெற்றால் பின்னாளில் பெரும் மன உளைச்சல் ஏற்படுவதைத் தவிர்க்கலாம். நூறு சதவிகிதம் அங்கஹீன மில்லாமல் குணமடைய முடியும்.

தொழுநோயின் ஆரம்ப அறிகுறிகள்:

- உடம்பில் எந்தப் பாகத்திலாவது வெள்ளைத் தழும்புகள் உணர்ச்சியற்று காணப்படுமே யானால்,
- உடலில் எந்தப் பாகத்திலாவது வலி தெரியாத பகுதி இருக்குமேயானால்,
- நரம்புகளில் வீக்கம் ஏற்பட்டு வலி ஏற்படுமேயானால்,

கிருமிக்கான பரிசோதனை செய்யப்பட்டு தொழுநோய்க்கிருமி தென்பட்டால் இவைகள் தொழுநோயாக இருக்க வாய்ப்பு உண்டு. ஆகவே இவர்கள் உடனடியாக மருத்துவரை அணுக வேண்டியது அவசியமாகும்.

1952களில் காந்தி மெமோரியல் Leprosy Foundation என்ற ஸ்தாபனம் எல்லா வீடுகளுக்கும் சென்று அவ்வீட்டிலுள்ள அனை வருக்கும் இந்நோய்க்கான பரிசோதனையைச் செய்தார்கள். யாருக் கேனும் நோய் இருப்பது தென்பட்டால் அவர்களுக்குத் தொடர்ந்து மருத்துவம் தர, ஏற்பாடுகள் செய்துகொடுத்தார்கள். இத்தகைய ஏற்பாட்டினை பின்னர் இந்திய அரசாங்கமும் 1955ல் நாடு முழுவதற்குமான சிகிச்சை முறையை ஏற்படுத்தினார்கள். இதனாலேயே உலக சுகாதார ஸ்தாபனமும் இச்சிகிச்சை முறையைப் பின்பற்றி ஆவன செய்தார்கள்.

இப்போது எல்லா சுகாதார நிலையங்களிலும் இவர்களைத் தனிமைப் படுத்தாமல் மற்ற நோயாளிகளுடன் சேர்ந்து சிகிச்சை அளிப்பதால் நோயாளிகள் மருத்துவமனைக்குத் தவறாமல் வருவது பரவலாகி வருகிறது. இருந்தாலும், தனிமைப்படுத்தப் பட்ட மலைவாழ் மக்கள், குக்கிராமங்களில் வசிக்கும் மக்கள் இவர்களையும்கூட அனைவரையும் பரிசோதித்து சிகிச்சை அளிக்கப்பட்டால் இவ்வியாதியை இந்தியாவிலிருந்து முற்றிலுமே ஒழித்துவிடலாம் என்பது உறுதி.

தொழுநோய் கிருமிகளுக்கான தடுப்பூசி ஆராய்ச்சியில் அமெரிக்காவில் உள்ள அர்மிடிலோ எனப்படும் எறும்பு தின்னி விலங்கின்மீது தொழுநோய் கிருமிகளை அதன் உடலில்

செலுத்தி அவைகளுக்கு இவ்வியாதி வருகிறதா என்று ஆராய்ச்சி செய்தனர். பரிசோதனைகள் மூலம் இவ்வியாதியானது அந்த விலங்கிற்கும் வருகிறது என்று அறியப்பட்டது.

அர்மிடிலோ விலங்கின் வாயிலாக
தொழுநோய் கிரிமிக்கான பரிசோதனை செய்தல்

ஆனால் தொழுநோய் வராமலிருக்க பல இடங்களில் ஆராய்ச்சிகள் மேற்கொண்டாலும் இன்னும் அதற்கான தடுப்பூசி கண்டுபிடிக்க வில்லை.

1960களில் இந்தத் தொழுநோயானது நூற்றுக்கு ஒன்றிரண்டு பேர்களுக்கு மட்டுமே ஏற்படுவதாக அறியப்பட்டது. இதனைக் கருத்தில் கொண்டு பாரா மெடிக்கல் ஓர்க்கர்ஸ் ஒவ்வொரு வீட்டிற்கும் சென்று எல்லோரையும் பரிசோதனை செய்து அதில் யாருக்கேனும் வியாதி உள்ளதா என்று அறியப்பட்டு அவர்களுக்கு சிகிச்சைகள் மேற்கொள்ளப்பட்டன. இதனால் சிகிச்சை முறையில் முன்னேற்றம் ஏற்பட்டது

இப்போதைய உலக சுகாதார ஸ்தாபனத்தின் கணக்கியல்பின்படி 10,000க்கு ஒருவர் என்ற முறையில் தொழுநோய் பாதிக்கப் பட்டோர் உள்ளதாக கணக்கெடுக்கப்பட்டிருக்கிறது. தற்போது உள்ள கூட்டு மருந்து சிகிச்சையானது (Dapson, Rifampicin, Clofizimine) கிருமிகளைக் கொல்வது மட்டுமல்லாமல் வியாதி அதிகம் பரவாமலும் தடுக்கும் பெரிய முன்னேற்றத்தை ஏற்படுத்தி இவ்வியாதியே இல்லை என்று கூறும் அளவிற்கு செயல்பட்டு வருகிறது.

சரி, மீண்டும் கதைக்கு வருவோம். டாக்டர் காக்ரின் எனது சிகிச்சை குறித்து பெரியவர்களிடம் ஆலோசனைகள் தந்து சென்றார் என்று கூறினேனல்லவா! அதன்படி முதல்கட்டமாக லேடி வெலிங்டன் லெப்ரசி சானடோரியம் சென்றோம்.

லேடி வெலிங்டன் லெப்ரசி சானடோரியம், செங்கல்பட்டு (இப்போது CLTRI (Central Leprosy Teaching and Research Institute...)

இம்மருத்துவமனை தொழுநோய்க்கான சிறப்பு மருத்துவமனையாகும். டாக்டர் காக்ரின் அவர்கள் பரிந்துரைத்ததின் அடிப்படையில் செங்கல்பட்டில் உள்ள லேடி வெலிங்டன் லெப்ரசி சானடோரியம் மருத்துவமனையில் நான் சிகிச்சைக்காகச் சென்றபோது, அங்கு மருத்துவமனையில் சேர்வதற்கான ஆரம்ப கட்ட பரிசோதனைகள் நடந்தது. அப்பொழுது கூர்மையான கத்தியினால் (Scalapal blade) உடம்பின் பன்னிரண்டு இடங்களில் சிறுகக் கீறி இரத்த திரவத்தை எடுத்து தொழுநோய் கிருமிகள் பரிசோதனை செய்தார்கள்.

அதன்பிறகு, சிறுபிள்ளைகள் தங்கும் ஆறாம் நம்பர் விடுதியில் என்னை சேர்த்தார்கள். ஒரு பெட்டியில் வேஷ்டி, பனியன், சாப்பிடுவதற்கான அலுமினியத் தட்டு, குவளை, மற்றும் தூங்குவதற்கு பாய், கருப்புப் போர்வை ஒன்றும் கொடுத்தார்கள். எனக்கு அடையாள எண் 99 கொடுத்ததாக ஞாபகம். தினமும் காலை உணவாக அரிசிக் கஞ்சி மற்றும் துவரம் பருப்புத் துவையல் கொடுப்பார்கள். மதிய உணவிற்கு அரிசி சாதம், சாம்பார், மோர் அல்லது ரசம் அத்துடன் ஏதேனும் ஒரு காய்கறி பொரியல் கொடுப்பார்கள். மாலை ஆறு மணிக்கு இதேபோல் இரவுச் சாப்பாடும் வழங்கப்பட்டது. எல்லோரும் வரிசையில் நின்றுதான் சாப்பாடு வாங்கிச் செல்லவேண்டும். சாப்பிட்டு முடித்து அவரவர்கள் தங்கள் தட்டுக்களை நன்றாகக் கழுவி வைத்துக் கொள்ள வேண்டும்.

அப்போது என்னுடன் தங்கியிருந்த மாணவர் ஒருவர் மருத்துவமனையைச் சுற்றிக் காண்பித்தார். மிகவும் கடுமையாக பாதிக்கப்பட்டவர்கள் வார்டுக்கு வரும்போது அவர்கள் முதியவர்களாகவும் கைகால்களை இழந்தவர்களாகவும் சிலர் கண் தெரியாதவர்களாகவும் இருந்தனர். இவர்களைப் பார்த்தவுடன் அளவுகடந்த துயரம் அடைந்தேன். இப்போதுபோல் அக்காலத்தில் தொழுநோய்க்கு முற்றிலும் குணமாக்கும் மருந்துகள் கிடையாது. அதனால் அவர்கள் துயரம் என்னவென்று சொல்லமுடியாததாக இருந்தது. உதாரணமாக ஒருவருக்கு கைகால்களில் வலி உணர்ச்சி இல்லாமலிருந்து கண்பார்வையற்றவராக இருக்கும் போது அந்நோயாளியின் மனவேதனையைச் சொல்லி மாளாது.

கண் பார்வையற்று காலில் வலி உணர்ச்சி இல்லாமல் இருக்கும்போது எங்கு நடக்கிறோம் என்பதும் அவர்களுக்குத் தெரியாது. என்னுடன் வந்திருந்த சக மாணவர், 'பிற்காலத்தில் இவ்வாறான துயரங்களை நாமும் அனுபவிக்க நேரிடும்' என்று கூறினார். அப்போது மருத்துவமனையில் இறந்த ஒருவரின் உடலை எரிப்பதற்காக சுடுகாட்டிற்கு எடுத்துச் செல்வதைப் பார்த்தேன். தந்தையை இழந்து தாயாரும் மனநலம் பாதிக்கப் பட்டிருந்த நிலையில் உறவினர்கள் யாருடைய தொடர்பும் இல்லாமலிருந்தது எனக்கு மிகவும் வேதனையளித்தது. நீண்ட நாட்கள் நான் அழுத வண்ணமாக இருந்து கொண்டிருந்தேன். ஒரு கட்டத்தில் எதற்காக அழுகிறேன் என்பதும் தெரியாமல் போய்விட்டது. இத்தகைய துயரம் இதுபோன்ற நிலையில் இருந்தவர்களால் மட்டுமே உணரமுடியும்.

நான் மருத்துவமனை விடுதியிலிருந்தே தினந்தோறும் பள்ளிக்குச் செல்ல ஆரம்பித்தேன். இரவில் சீக்கிரமாகப் படுத்து, காலையில் சீக்கிரமாக எழுந்து எல்லா காரியங்களையும் செய்யவேண்டும். இரவில் படிப்பதற்காக சிலமணி நேரங்கள் ஒதுக்கினார்கள். படுப்பதற்கு முன் பிரார்த்தனை நடத்துவார்கள். நான் விளையாட்டில் ஆர்வம் காட்டி ஓட்டப் பந்தயம், கால்பந்து, கேரம், செஸ் ஆகியவைகளில் பங்கு கொண்டேன். இவை என்னுடைய கவலைகளை ஓரளவிற்கு மறப்பதற்கு உதவியாக இருந்தன.

ஒவ்வொரு சனிக்கிழமை காலையும் எல்லோரும் 'சால்மோக்ரா எண்ணெய்' உடலில் தேய்த்துக் குளிக்கவேண்டும். அங்கிருக்கும் ஆசிரியர் ஒருவர் என்னை சிறுபிள்ளைகளின் சிறிய சர்க்கஸ் குழுவில் சேர்த்தார். எண்ணெய் தேய்த்த பிறகு நான் ஒருவர் தோளின் மீது நின்று கொள்வேன். பிறகு, கீழே இருப்பவர் வேகமாக மைதானத்தில் நடந்து செல்வார். 'கீழே விழுந்து விடுவோமோ' என்கிற பயம் எனக்கு இருக்கும். ஆனால், நடந்து செல்பவர் இதைப் பொருட்படுத்தமாட்டார். இதிலேயே 'பிரமிட்' என்ற ஒரு நிகழ்ச்சி வரும். ஒருவர் தோள்மீது ஒருவர் ஏறி கடைசி உயரத்தில் என்னை நிற்கச் சொல்வார்கள். நான் தங்கும் விடுதியில் கிட்டத்தட்ட 20 பேர் இருப்போம். பனிக்காலமாக இருந்தாலும் காலையிலேயே குளிர்ந்த நீரில் குளித்து பழக்கப்படுத்திக் கொண்டோம். இதனால் எங்களுக்கு குளிரைத் தாங்கும் சக்தியும் ஏற்பட்டது. மழைக்காலங்களில் அங்குள்ள குன்றுகளில் சிறிய நீர் வீழ்ச்சி ஏற்படும். இதில் நாங்கள் குளித்து மகிழ்ச்சியடைவோம்.

மேலும் இந்த லேடி வெலிங்டன் ஸ்தாபனம் டாக்டர் காக்ரினின் தலைமையின்கீழ் சுமார் ஆயிரம் தொழுநோயாளிகளுக்கு சிகிச்சையளித்து நன்கு பராமரித்து மாபெரும் தொண்டாற்றியது. செங்கல்பட்டில் இருந்தபோது ஒவ்வொரு மாதமும் தவறாமல் எனது கிருஷ்ணசாமி பெரியப்பா ரூபாய் இரண்டு மணியார்டர் அனுப்புவார். அந்த விடுதியில் எங்களுக்கு காலை உணவாக அரிசிக் கஞ்சி மட்டும்தான் கொடுப்பார்கள். அந்நாட்களில் பொருள்களின் விலை மிகக் குறைவாக இருந்ததினால் பெரியப்பா அனுப்பிய பணம் மாதம் முழுவதும் ஒரு டம்ளர் பாலும், இரண்டு இட்லிகளும் வாங்குவதற்கு பெரிதும் உதவியாக இருந்தது.

அம் மருத்துவமனையில் இருந்தபோதுதான் நமது தேசப் பிதாவை தரிசிக்கும் பாக்கியம் எனக்குக் கிடைத்தது.

1946 ல் மகாத்மா காந்தி தென் இந்தியப் பயணமாக தொடர் வண்டியில் பிரயாணம் செய்தார். செங்கல் பட்டிற்கு அருகில் உள்ள திருமணி என்ற ஊரில் தொடர்வண்டி நின்றது. மகாத்மா காந்தி எல்லா தொழுநோயாளிகளுக்கும் கைகூப்பி வணக்கம் தெரிவித்தார். அவருக்கு அன்று மௌனவிரத நாள் ஆனதால் அவர் ஒரு வார்த்தைகூட பேசவில்லை. மகாத்மா காந்தி யடிகளின் முக்கியத்துவத்தை நான் அந்த நாட்களில் உணர வில்லை. 20-வது வயதில்தான் நான் காந்தியடிகளுடைய வாழ்க்கை வரலாற்றைப் படித்தேன். பிறகு அவருடைய அருமை பெருமைகளை உணர்ந்து என் மனத்தைப் பறிகொடுத்தேன்.

1942 லிருந்து 1946 வரை நான்கு வருடங்கள் நான் செங்கல்பட்டு மருத்துவமனையில் தங்கியிருந்தேன். வாரம் தவறாமல் 'சால்மோக்ரா ஆயில்' எண்ணெயை ஊசியின் மூலமாக உடலில் செலுத்தி தொழுநோயை கட்டுப்படுத்துவார்கள். அக்காலத்தில் முற்றிய தொழு நோயாளிகளை குணப்படுத்துவது கடினம். மருத்துவமனையில் எனக்கு தொழுநோய் முற்றிலும் குணமடைந்து விட்டது என்று 1946-ல் சான்றளித்தார்கள். அதன் பிறகு நான் செங்கல்பட்டிலிருந்து வேலூர் வந்து சேர்ந்தேன். என் பெரியப்பா அரிசி, வெல்லம், புளி போன்ற அத்தியாவசியப் பொருள்களை வைத்து வியாபாரம் செய்து வந்தார். அப்போது நான் அந்தக் கடையில் அவருக்கு உதவியாக இருந்து வந்தேன். சில மாதங்களுக்குப் பிறகு பெரியப்பா என் படிப்பைத் தொடர்வதற்கு டான்பாஸ்கோ உயர்நிலைப்பள்ளியில் சேர்த்து

பள்ளிக் கட்டணங்களையும் செலுத்தி படிப்பு எந்த வகையிலும் பாதிக்காதவாறு கவனமுடன் பார்த்துக் கொண்டார். என் சித்தப்பா T.G. கோவிந்தராஜ் என் படிப்பில் மிகுந்த அக்கறை காட்டினார். அச்சமயத்தில் என் பெரியப்பாவிற்கு குழந்தைகள் இல்லை. நானும் பள்ளி நேரம் முடிந்தபிறகு கடை வீதிக்குச் சென்று அவருக்கு வரவேண்டிய பாக்கி பணத்தை மற்ற வியாபாரிகளிடமிருந்து வசூலித்து வந்து பெரியப்பாவிடம் கொடுத்து உதவியாக இருந்து வந்தேன்.

என் தந்தையார் இறந்தபிறகு எங்கள் தாயாரையும் நான்கு குழந்தைகளையும் அழைத்து வந்து அன்போடும் பாசத்தோடும் ஆதரித்த என் பெரியப்பாவை நான் என்றும் நன்றியோடு நினைத்துக் கொண்டிருப்பேன். அதுமட்டுமல்லாமல் அவருடைய மனைவி சீதாலட்சுமி அம்மாவும் எங்கள் மீது மிகவும் அன்புள்ளவர் களாகவும் பாசத்தோடும் இருந்தார்கள். அவர்களின் கருணை நிகரற்றது. என்றென்றும் என் நெஞ்சைவிட்டு நீங்காத அவர்கள் இருவரும் இறைவனடி சேரும் வரையில் நாங்கள் அனைவரும் ஒன்றாகக் கூட்டுக் குடும்பமாக இருந்து வந்தோம். என் சித்தப்பா கோவிந்தராஜுவும் என்னுடைய படிப்பிற்கு உதவி செய்து எனக்கு ஊக்கமளித்தார்.

ஜானகிராமன் என்பவர் என்னுடன் படித்த நண்பர். அவர் என் வீட்டிற்கு அருகிலிருந்தார். அவரும் நானும் தினமும் பள்ளிக்கு ஒன்றாகவே சென்று வருவோம். மாலை நேரங்களில் ஒன்றாகவே விளையாடுவோம். விடுமுறை தினங்களில் வேலூர் கோட்டை, மற்றும் அங்குள்ள மலைக்குன்றுகளுக்குச் சென்று படிப்பது, விளையாடுவதை நாங்கள் வழக்கமாகக் கொண்டிருந் தோம். மலையில் பாதி வழியில் ஒரு பெரிய அகலமான பாறை இருக்கும். அதனடியில் அமர்ந்து இருவரும் படிப்போம்.

இக்காலத்தில் விளையாடச் செல்லும் பிள்ளைகள் தம்முடன் ஒரு தண்ணீர் பாட்டிலையும் எடுத்துச் செல்வதுபோல அந்நாட்களில் நாங்கள் தண்ணீர் பாட்டில் எதுவும் எடுத்துச் செல்ல மாட்டோம். ஜானகிராமன் தண்ணீர் தாகமென்று சொல்லுகிறபோதெல்லாம் அங்குள்ள சப்பாத்திச் செடியி லிருக்கும் பழங்களைப் பறித்துச் சாப்பிட்டு எங்கள் தாகத்தைத் தீர்த்துக் கொள்வோம். அது அப்போதைக்கு எனக்கொரு விளையாட்டாக இருந்தது.

மே மாதத்தில் பள்ளி விடுமுறை நாட்களில் என் பெரியப்பாவிற்கு உதவியாக அவர் கடைக்குச் செல்வேன். அவர் என்னை பெரிய கடைகளுக்கு அனுப்பி அங்குள்ள வேர்க்கடலை, புளி, வெல்லம் மற்றும் பயிறு வகைகள் எல்லாவற்றிலும் மாதிரிக்கு கொஞ்சம் எடுத்துவரச் சொல்லி கூடவே அதன் விலையையும் அறிந்து வரும்படிக் கூறுவார். நல்ல தரமான மலிவான பொருள்களை வாங்கி மாயவரம், திருப்பாபுலியூர், பண்ருட்டி ஆகிய ஊர்களுக்கு சரக்குகளை அனுப்பி பிறகு பணத்தை வசூல் செய்து கொள்வார். மதியம் என்னை வீட்டிற்கு அனுப்பி அவருக்கு டிபன் கேரியரில் சாப்பாடு எடுத்து வரச் சொல்லுவார்.

அந்நாட்களில் செருப்பணிந்து செல்பவர்கள் சொற்பமே. எங்கள் வீட்டிற்கும் பெரியப்பா கடைக்கும் கிட்டத்தட்ட 3 கிலோமீட்டர் தூரமிருக்கும். காலில் செருப்பில்லாமல் வெயிலில் டிபன்கேரியரில் சாப்பாடு எடுத்துச் செல்வது சிரமமே. வழியில் எங்கெங்கு மர நிழல் கிடைக்குமோ அங்கு சிறிது நேரம் நின்று மறுபடியும் தொடர்ந்து நடந்து செல்வேன். இரவு அவருடன் வேலை செய்யும் ஆட்கள் நான்கைந்து பேருடன் வீடு வந்து சேருவேன்.

செங்கல்பட்டிலிருந்து பூரணகுணமாகி வந்த பிறகு திரும்பி இவ்வியாதி வராமல் தடுக்க ‘சால்மோக்ரா’ எண்ணெய் ஊசியை வாரத்திற்கு ஒரு முறை தொடர்ந்து CMC யில் போட்டுக் கொண்டி ருந்தேன். அந்த இடம் ஒரு மூலையில் இருந்தது. போகும்போது, ‘யாரேனும் பார்ப்பார்களோ’ என்ற ஒரு அச்சமும் இருந்தது. இந்த ஊசி போட்டுக் கொண்ட பிறகு இரண்டு மூன்று நாட்கள் வலி தொடர்ந்து இருக்கும்.

ஒருநாள் என்னுடன் பள்ளியில் படிக்கும் மாணவர் ஒருவர், ‘உனக்கு தொழுநோயிருப்பதால் CMC யில் நீ ஊசி போட்டுக் கொண்டு வருகிறாய் அல்லவா?’ என்று பலர் முன்னிலையில் கேட்டார். இது எனக்கு சங்கடமாக இருந்தாலும் ஓரளவுக்கு பேசி சமாளித்தேன். அந்நாட்களில் தொழுநோய் என்றால் மக்கள் மிகவும் பயப்படுவார்கள். இவ்வாறு முன் எச்சரிக்கை யாக மருந்துகள் சாப்பிட்டதால் எனக்கு எந்தவித அங்கஹீனமும் ஏற்படவில்லை.

டாக்டர் ஐடாஸ்கடர்

வேலூர் CMC மருத்துவமனை 1900 ஆம் ஆண்டு டாக்டர் ஐடாஸ்கடர் என்ற அமெரிக்கப் பெண்மணியால் ஒரு

படுக்கையில் தொடங்கப்பெற்று இன்று சர்வதேச அளவில் புகழ் பெற்று விளங்குகிறது. ஐடாஸ்கடர் அம்மையாரின் குடும்பம் இந்தியாவில் மூன்று தலைமுறைகளாக மருத்துவ சேவை செய்து வந்தனர். ஐடாஸ்கடர் சிறுபிள்ளையாக இருக்கும் போதே இந்தியாவிலுள்ள வறுமை பஞ்சம் மற்றும் நோய்களைக் கண்டு மனம் வருந்தினார். பின்னர் மேசாசூட்ஸ் பல்கலைக் கழகத்தில் படிக்கச் சென்றார்.

1890 ஆம் ஆண்டு அவருடைய தாயார் நோய்வாய்ப் பட்டபோது அவருக்கு உதவியாக இருக்க இந்தியா திரும்பினார். அப்போது ஒரு நாள் இரவு மூன்று கர்ப்பிணிப் பெண்கள் பெண் மருத்துவர் உதவியில்லாத காரணத்தால் மகப்பேறின்போது இறப்பதை கண்கூடாகக் கண்டார். அந்த அனுபவம் அவருக்கு, கடவுள் தன்னை ஒரு மருத்துவராக இந்தியப் பெண்களுக்கு உதவுவதற்காகப் படைத்திருக்கிறார் என்பதனை உணர்த்திற்று. இதன் காரணமாக திருமணமே செய்துகொள்ளாமல் வாழ்நாள் முழுவதும் மருத்துவ சேவைக்காக தன்னை அர்ப்பணித்துக் கொண்டார் ஐடாஸ்கடர். 1899 ஆம் ஆண்டு நியூயார்க் நகரிலுள்ள கார்னல் மருத்துவக் கல்லூரியில் மருத்துவம் பயின்று இந்தியா திரும்பி வேலூரில் ஒரு சிறு மருத்துவமனையைத் தொடங்கினார். பின்னாளில் இதுவே உலகப் புகழ்ப் பெற்ற CMC மருத்துவமனை என்ற பெயர் பெற்று பல்லாயிரக்கணக்கான நோயாளிகளுக்கு இன்றும் சேவை செய்து வருகிறது.

என்னுடைய பள்ளிப் படிப்பு முடிந்தபிறகு வேலூர் கிறித்துவ மருத்துவமனையில் இயன் முறை மருத்துவ உதவியாளராக மாதம் 20 ரூபாய் பயிற்சி ஊதியமாக பெற்று நீண்ட காலம் ஊழியம் செய்தேன். நான் மிஸ் ரூத்தாமஸ் என்கிற பிரிட்டிஷ் இயன் முறை (Physiotherapist) மருத்துவரின் கீழ் பயிற்சி பெற்றேன். மிஸ் ரூத்தாமஸ் இந்தியாவில் தொழுநோயாளிகளுக்கு பணிபுரியும் நோக்கத்துடன் வந்தவர்கள். தினமும் எனக்கு வகுப்பு எடுப்பார்கள். உடற்கூறுநூல் (Anatomy) உடல் உயிர்நூல் (Physiology) மற்றும் தொழுநோய் சம்பந்தப்பட்ட பாடங்களை நடத்துவார்கள். அந்நாட்களில் நான் சுடுகாட்டிற்குச் சென்று சில மனித எலும்புகளை உடற்கூறு நூலுக்காக சேகரித்து வந்து படிப்பேன். பிறகு மிஸ் ரூத்தாமஸ் கரிகிரி என்ற ஊரில் உள்ள S.L.R. மருத்துவமனையில் சேர்ந்தார்கள். அதனால் நான் CMC மருத்துவமனையில் என்னுடைய வேலைகளை முடித்தபிறகு அங்கு செல்வேன். சைக்கிளின் மூலம் போக

வர 40 கிலோ மீட்டர் தூரத்திலுள்ள கரிகிரி மருத்துவமனைக்குச் சென்று அவர் நடத்தும் வகுப்புகளில் கலந்து கொள்வேன்.

Dr. பிராண்ட்டுடன் CMC-யில் வேலை செய்யும் வாய்ப்பு

டாக்டர் பால் பிராண்ட் இந்தியாவில் பிறந்தவர். அவருடைய பெற்றோர் நாமக்கல்லுக்குப் பக்கத்திலுள்ள கொல்லிமலையில் தொண்டு நிறுவனம் நிறுவி மலைவாழ் மக்களுக்காக சேவை செய்து வந்தனர். அவர்கள் விவசாயம், தச்சுவேலை, கோழி வளர்த்தல் போன்ற துறைகளில் புதிய முறைகளை அம்மக் களுக்கு பயிற்சியளித்தனர். பால் பிராண்டுக்கு வயது ஒன்பது ஆகியிருக்கும்போது மேற்கொண்டு படிப்பதற்காக அவர் பெற்றோர் கொல்லிமலையிலிருந்து அவரை இங்கிலாந்து நாட்டிற்கு அனுப்பி வைத்தார்கள். பால் பிராண்ட் ஆரம்பத்தில் இங்கிலாந்தில் தச்சு வேலை, கொத்தனார் வேலைகளில் பயிற்சி பெற்றார். அவருக்கு சில தொண்டு நிறுவனங்கள் மூலமாக மருத்துவப் படிப்பு படிப்பதற்கான வாய்ப்பு கிட்டியது. பால் பிராண்ட் லண்டன் மருத்துவக் கல்லூரியில் சேர்ந்து படித்து F.R.C.S என்ற படிப்பை முடித்தார். இரண்டாம் உலக யுத்தத்தின் போது சிறிதுகாலம் அங்கு மருத்துவராகவும் பணியாற்றினார்.

பின்னர் Dr.R.G. காக்ரின் அழைப்பிற்கிணங்க டாக்டர். பால் பிராண்ட், வேலூர் கிறித்துவ மருத்துவமனை யில் அறுவை சிகிச்சை நிபுணராகச் சேர்ந்தார். அந்நாட்களில் தொழு நோயாளி களை கையால் தொடுவதற்குக்கூட மருத்துவர்கள் பயப் பட்டார்கள். ஆனால் டாக்டர். பால் பிராண்ட் நோயாளிகளிடம் அன்பு செலுத்தி அவர்களுடைய மடங்கிய கைகள், பாதங்கள் ஆகியவற்றைத் தொட்டு சிகிச்சை செய்யத் தொடங்கினார். டாக்டர். பால் பிராண்ட் உயிருள்ள தசை நார்களை வேறு இடங் களுக்கு மாற்றி வைத்து தொழு நோயாளிகளின் மடங்கிய விரல் களை நீட்டி அவற்றை இயங்க வைத்தார். உலகிலேயே முதல் முறையாக தொழுநோயாளிகளுக்கு மறுமலர்ச்சி ஏற்படுத்தி தசைநார்களை மாற்றியமைக்கும் அறுவை சிகிச்சை நிபுணர் களில் சிறந்தவராக விளங்கினார் டாக்டர். பால் பிராண்ட்.

அதேபோல் தொழு நோயாளிகளால் வலியை உணரமுடியாது. அவர்களுக்கு பாதங்களில் வலி தெரியாமலிருப்பதால் அவர்கள்

காலணிகள் இல்லாமல் நடக்கும்போது சில சமயங்களில் முட்கள், கண்ணாடித் துண்டுகள், சிறிய கூர்மையான கற்கள் போன்றவை உள்ளங்காலில் நுழைந்துவிடும். அது காயமாகி சில நாட்களில் அதுவே பெரிய புண்ணாகிவிடும். ஆனால் அவர்களுக்கு புண்களிருந்தும் வலி தெரியாது. அவர்கள் மேலும் மேலும் நடப்பதால் உடலின் பாரம் புண்களை அழுத்தி ஆற விடாமல் தடுத்துவிடும்.

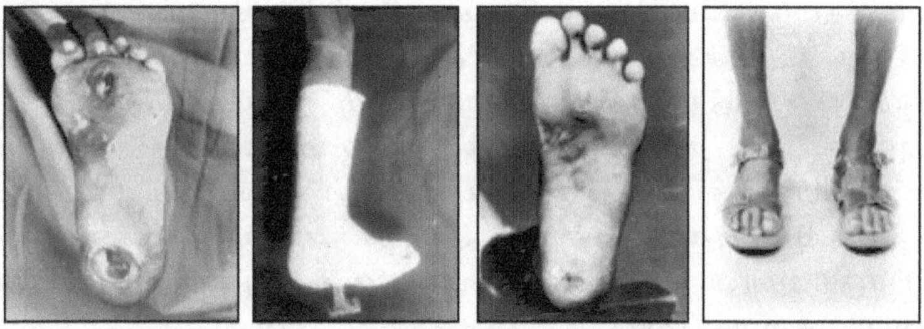

படம் - 1 படம் - 2 படம் - 3 படம் - 4

படம் - 1: பாதத்தில் ஏற்பட்ட புண்கள், படம் - 2: மாவுக்கட்டி சிகிச்சை அளித்தல், படம் - 3: ஆறு வாரங்களுக்குப் பிறகு ஆறிய புண், படம் - 4: புண்கள் வராமல் தடுக்க M.C.R. செருப்பு அணிவித்தல்.

Dr.பால் பிராண்ட் அந்தப் புண்களை ஆற்றுவதற்காக பல ஆராய்ச்சிகளைச் செய்தார். ஆனால் புண்களை ஆற்ற முடிய வில்லை. ஒருமுறை தொழு நோயாளி ஒருவரது கால் புண்ணிற்கு மாவுக்கட்டுப் போட்டார் பிராண்ட். 6 வாரங்களுக்கு பிறகு மாவுக்கட்டை நீக்கினார். டாக்டர். பால் பிராண்ட் மாவுக்கட்டை அகற்றும்போது நான் அவர் பக்கத்தில்தான் நின்று கொண்டிருந்தேன். என்ன ஆச்சரியம்! நோயாளியின் புண்கள் பூரணமாக ஆறி இருப்பதைக் கண்டு எல்லோருமே மகிழ்ச்சி யடைந்தனர்.

இன்னொருமுறை பள்ளி ஆசிரியர் ஒருவர் சிகிச்சைக்கு வந்தார். அவருக்கு தொழுநோயால் பாதங்கள் புண்ணாகி இருந்ததால் அவருடைய வேலையிலிருந்து தற்காலிகமாக நீக்கப்பட்டதாகக் கூறினார். அவருடைய புண்கள் நாற்றமடித்து, அவருக்கு அருகில் யாரும் செல்ல முடியாதவாறு இருந்தது. ஒரு நிழற்படம் (X-Ray) எடுத்துப் பார்த்ததில், அவருடைய

பாதங்களில் உள்ள எலும்புகள் உடைந்து இருப்பதைக் காண முடிந்தது. பாதங்களில் மிக மோசமாக எலும்புகள் உடைந்தும் அவரால் நடக்கும்போது வலியை உணர முடியவில்லை. சாதாரணமாக நடக்கவும் செய்தார். அதனால்தான் டாக்டர். பால் பிராண்ட் 'வலி நமக்கு கடவுள் கொடுத்த வரம்' என்று கூறுவார். மருத்துவமனையில் நாற்றத்துடன் புண்கள் இருந்த நிலையில் நோயாளியை அங்குள்ள ஊழியர்களும் விரும்பாத நிலை இருந்தது. பால் பிராண்ட் அந்தப் பள்ளி ஆசிரியரின் புண்களுக்கு மாவுக்கட்டுப் போட்டார். சில தினங்களில் புண்களிலிருந்த சீழ் கசிந்து மாவுக்கட்டில் ஒட்டிக்கொண்டது. ஆனால் பால் பிராண்ட் எந்தவித அருவெறுப்பும் காட்டாமல் அந்த மாவுக்கட்டை அகற்றி திரும்பத் திரும்ப மாவுக்கட்டுப்போட்டு எட்டு வாரங்களில் முற்றிலும் புண்களை குணமாக்கிவிட்டார். மறுபடியும் புண்கள் ஏற்படாதிருக்க அந்த ஆசிரியருக்குப் பொருத்தமான M.C.R. காலணிகளை அணியும்படியான ஏற்பாடுகளைச் செய்தார்.

அந்நோயாளிக்கு எல்லையில்லா மகிழ்ச்சி ஏற்பட்டது. அவர் அவருடைய ஊருக்குச் சென்று மறுபடியும் பள்ளியில் ஆசிரியர் பணியில் சேர்ந்தார்.

டாக்டர். பால் பிராண்ட் தன்னுடைய ஆராய்ச்சியின் நிமித்தமாக இறந்தவரின் கையை தன்னுடைய குளிர்சாதனப் பெட்டியில் வைத்து ஆராய்ச்சிகள் செய்வார். தொழுநோயாளிகளுக்கு அறுவை சிகிச்சைக்கு முன்பும் அறுவை சிகிச்சைக்குப் பின்பும் அவர்களுக்கு இயன்முறை மருத்துவ பயிற்சிகளை அளிக்கும்படி என்னிடம் சொல்வார்.

ஒரு இளவயதுப் பெண் தொழுநோயாளி சிகிச்சைக்காக CMC மருத்துவமனைக்கு வந்தார். அவர் ஒரு நடன மாது. இரண்டு கைகளும் மடங்கி சரியாக இயங்காமலிருந்தன. டாக்டர். பால் பிராண்ட் என்னிடம் முதலில் அப்பெண்ணின் கைகளுக்குத் தேவையான இயன்முறை மருத்துவ பயிற்சி அளித்து அறுவை சிகிச்சைக்குத் தயார் செய்யும்படிக் கூறினார். பின் பால் பிராண்ட் அப்பெண்ணுக்கு தசைநார்களை மாற்றியமைத்து அறுவை சிகிச்சை செய்தார். அதற்குப் பிறகும் என்னை அப்பெண்ணுக்கு இயன்முறை பயிற்சி அளிக்குமாறு சொன்னார். இயன்முறை பயிற்சிக்குப் பிறகு அவளுடைய கைகள் உண்மையிலேயே

அழகானதாகவும் வளையும் தன்மையுடையதாகவும் ஆனது. குணமான பிறகு அந்த இளம் பெண்ணின் நடன நிகழ்ச்சிக்கு ஏற்பாடுகள் செய்து நிகழ்த்தினார்கள். பிறகு அந்த நிகழ்ச்சி ஒரு சிறிய படமாக்கப்பட்டது. அப்படி அவர் நடனமாடிய படம் (lifted hands), சர்வதேச விருதையும் பெற்றது.

ஒருவர் தமது துறையில் நன்கு படித்து திறமையுடன் விஷயங் களை அறிந்து தொழிலில் முழு ஈடுபாட்டுடன் வேலை செய்தால்தான் டாக்டர். பால் பிராண்டுடன் நெருங்கி வேலை செய்ய வாய்ப்பு கிடைக்கும். ஆகவே இதற்கான முயற்சிகளை மேற்கொண்டு நன்கு படித்து திறமையுடன் வேலை செய்தேன். இதனால் அவருக்கு என்னை பிடித்துப் போனது. அவரைப் பார்க்க வரும் டாக்டர்களை வார்டுகளுக்கு அழைத்துச் செல்லும் படி என்னிடம்தான் சொல்வார். அவர்களுக்கு நோயாளிகளைப் பற்றி விவரித்துக் கூறும்படியும் கூறுவார். டாக்டர்.பால் பிராண்ட் காலம் பொன் போன்றது என்பதனை செயலில் காட்டுவார். அறுவை சிகிச்சையை முடித்துவிட்டு அவர் சென்னை செல்ல வேண்டுமென்றால்கூட தன்னுடைய காரியதரிசியை உடன் அழைத்துக் கொண்டு ரயிலிலேயே முக்கியமான கடிதங்கள் கட்டுரைகள் இவைகளை குறிப்பெழுதிக் கொள்ளும்படிச் செய்வார்.

ஒருநாள் மாலை வெகு நேரமாகிவிட்டது. டாக்டர். பால் பிராண்ட் வழக்கமாக அவர் வீட்டிற்குச் செல்லும்போது கிறித்துவ கண் மருத்துவமனைக்கு அருகில் காரிலிருந்து என்னை இறக்கி விடுவது வழக்கம். அப்போது அவர் முழுநாளும் உணவு உண்ணாமல் அறுவை சிகிச்சையிலேயே இருந்து விட்டதால், 'மிகவும் பசிக்கிறது' என்றார். நான் என் உணவு டப்பியில் இளநீரின் வழுக்கையை வைத்திருந்தேன். 'இதைச் சாப்பிடுகிறீர்களா?' என்று கேட்டபோது அவர் அவற்றை வாங்கி உண்டு மகிழ்ந்தார்.

டாக்டர். பால் பிராண்டிடம் நான், 'நீங்கள் தொழுநோயாளி களுக்கு மாவுக்கட்டுப் போடுவதால் புண்கள் குணமாகி வருவது பார்ப்பதற்கு வெகு ஆச்சரியமாக உள்ளது!' என்றேன். 'ஆயிரக் கணக்கான தொழுநோயாளிகள் கால்களில் புண்களை வைத்துக் கொண்டு வாழ்க்கையில் தாங்க முடியாத துயரத்தில் ஆழ்ந்திருக் கிறார்கள். இவர்களுக்கு பயன்படக்கூடிய வகையில் தேசிய அளவில் ஏதாவது செய்தால் நன்றாக இருக்குமே!' என்று கூறினேன்.

மேலும் நான் டாக்டரிடம், 'தொழுநோயாளிகளிடம் வேலை செய்வதற்கு வெகு குறைவான டாக்டர்கள்தான் உள்ளனர். ஆகையால் இன்னும் சிலரைத் தேர்ந்தெடுத்து அவர்களுக்கு குறுகியகால ஆறு மாத இயன்முறைப் பயிற்சியளித்து புண்களுக்கு மாவுக்கட்டு போட்டு எப்படி புண்களைக் குணமாக்கமுடியும் என்று கற்பித்தால் அது பயனுள்ளதாக அமையுமே! இந்திய நாட்டிலுள்ள எல்லா தொழுநோய் நிலையங்களிலும் இப்படி முறையாகப் பயிற்சி பெற்றவர்களை நியமித்தால் ஆயிரக் கணக்கான தொழுநோயாளிகள் இதனால் பயனடைவார்கள். கூடவே தொழுநோயாளிகளின் ஆறிய புண்களுக்கு M.C.R. காலணிகள் கொடுத்து புண்கள் வராமலும் தடுக்கலாம் ' என்றும் கூறினேன்.

டாக்டர். பால் பிராண்ட் அதற்கான பூர்வாங்க வேலைகளை பதிவு செய்யத் தொடங்கினார். இதற்காக இந்திய தொழு நோயாளிகள் சங்கத்தின் காரியதரிசியாக இருந்த பேராசிரியர் T.N. ஜெகதீசன் அவர்களைத் தொடர்பு கொண்டார்.

பேராசிரியர் திரு. T.N. ஜெகதீசன் புகழ் வாய்ந்த சமூக சேவகர். இவருடைய சேவையைப் பாராட்டி இந்திய அரசாங்கம் இவருக்கு பத்மஸ்ரீ பட்டத்தை வழங்கிற்று. இந்தியாவில் உள்ள தொழு நோயாளிகளுக்கு உதவும் மனப்பாங்குடன் இந்தியாவின் பல பாகங்களுக்கும் சென்று தொண்டாற்றியவர் இவர். தென்னாற்காடு மாவட்டத்தில் மழவந்தாங்கல் என்னுமிடத்தில் தொழுநோய் நிலையம் ஒன்றை மகாத்மா காந்தியின் ஆசிர்வாதத்துடன் ஆரம்பித்தார். இவருடைய உதவியால் குறுகிய கால ஆறு மாத இயன்முறை மருத்துவப் பயிற்சி வேலூர் கிறித்துவ மருத்துவமனையில் டாக்டர். பால் பிராண்ட் தலைமையின் கீழ் ஆரம்பிக்கப்பட்டது. இந்தியாவின் பல்வேறு பாகங்களில் உள்ள தொழுநோய் மருத்துவமனையிலிருந்து பயிற்சியாளர்களை வரவழைத்து அவர்களுக்குப் பயிற்சி அளிக்கப்பட்டது. இப்பயிற்சி முறையினால் இந்தியா முழுவதும் தொழுநோய் நிலையங்களில் புண்களுக்கு மாவுக்கட்டு போட்டு புண்களை ஆற்றும் முயற்சிகள் எடுக்கப் பட்டன.

டாக்டர். பால் பிராண்டின் இம்மகத்தான சேவை அகில இந்தியாவிலும் பாராட்டப் பெற்றது. செங்கல்பட்டிலும் கரிகிரியிலும் இப்பயிற்சி நிலையங்கள் ஏற்பட்டு மகத்தான

சேவையைச் செய்தார்கள். இதனால் பல நோயாளிகள் தங்கள் கால் புண்களுக்கு பேண்டேஜ் கட்டுவதிலிருந்து விடு பட்டார்கள். டாக்டர். பால் பிராண்டின் புண்களை ஆற்றும் முறை உலகின் பலநாடுகளுக்கும் பரவி மேற்கண்ட பயிற்சிக்காக பலர் வேலூர் கிறித்துவ மருத்துவமனைக்கு வந்து பயிற்சி பெற்றனர். நான் பால் பிராண்ட் தலைமையின்கீழ் இவர் களுக்கு பயிற்சியினை அளிக்கும் வாய்ப்பினைப் பெற்றேன். அந்நாட்களில் நோயாளிகள் புண்களுடன் வீடுகளிலும் வீதிகளிலும் நடமாடிக்கொண்டிருப்பதை பார்க்க மக்கள் விரும்பவில்லை. ஆரம்பத்தில் தொழுநோயாளிகளுக்கு புண்கள் ஏற்படாமல் தடுக்க M.C.R. காலணிகள் உதவியாக இருந்தன. M.C.R. ரப்பர் காலணிகள் கரிகிரியில் தயாரிக்கப்பட்டு நாட்டில் பல தொழுநோய் மருத்துவமனைகளுக்கும் அவர்கள் தேவைக்கு ஏற்ப விநியோகிக்கப்பட்டன. தற்போது M.C.R. காலணிகள் சர்க்கரை நோயாளிகளுக்கும் குதிகாலில் வலி உள்ளவர்களுக்கும் பெரிதும் பயன்படுகிறது. இப்போது நாட்டில் M.C.R. காலணிகள் பரந்த அளவில் விற்கப்படுகிறது. இதனால் மக்கள் இதனை வாங்கி பெரிதும் பயனடைகிறார்கள்.

அந்நாட்களில் கிறித்துவ மருத்துவமனைக்கு சிகிச்சைக்காக வரும் தொழுநோயாளிகள் ஓட்டல்களில் தங்குவதற்கு அனுமதிக்கப்படாததால் அவர்கள் தங்குவதற்கு பலவிதமான இடையூறுகளையும் சந்திக்க நேரிட்டது.

டாக்டர். பால் பிராண்ட் இத்துயரங்களைச் சமூக ஆர்வலர் திரு T.N. ஜெகதீசன் அவர்களிடம் விளக்கிக் கூறினார். அவர் இதற்கு ஆவன செய்வதாக உறுதியளித்து கிறித்துவ மருத்துவமனைக்கருகில் ஒரு வீட்டினை வாங்கி அகில இந்திய தொழுநோய் ஸ்தாபனத்தின் வாயிலாக நோயாளிகள் இலவசமாகத் தங்கி சிகிச்சை பெறுவதற் கான வாய்ப்புகளை ஏற்படுத்திக் கொடுத்தார். நான் பேராசிரியர் திரு T.N. ஜெகதீசன் அவர்களுடன் இவ்வேலைகளில் ஈடுபட்டு அவருக்கு உதவியாக இருந்தேன்.

சென்னையில் திரு T.N. ஜெகதீசன் அவர்கள் இந்திய தொழுநோய் நிவாரண சங்கத்தில் வருடாந்திர கூட்டம் நடத்தி எல்லோரையும் பங்கேற்கச் செய்தார். அப்போது Dr. காக்ரின் பற்றி ஒரு சம்பவத்தைக் குறிப்பிட்டார்.

டாக்டர். காக்ரின் சென்னை G.H.ல் தொழுநோயாளிகளுக்குப் பரிசோதனை செய்து மருந்துகள் கொடுப்பார். ஒருமுறை அந்தக்

கூட்டத்தில் ஒரு இளைஞர் கோட், பேண்ட், டை இவைகளை அணிந்துகொண்டு காக்ரின் பக்கத்தில் நின்று கொண்டிருந்தார். டாக்டர். காக்ரின் அவரிடம் கோபப்பட்டு, ‘ஏன் வெறுமனே நிற்கிறாய். உடனே கோட், பேண்ட், டை இவைகளை அவிழ்த்து விட்டு வா! அப்போதுதானே நான் உன்னை பரிசோதனை செய்ய முடியும்!’ என்று சொன்னார். அப்போது கோட், பேண்ட், டை அணிந்திருந்த அந்த நபர் தானொரு House Surgeon டாக்டர் என்றும் தன்னை டாக்டர் காக்ரின் அவர்களுக்கு உதவி செய்யும்படி பணித்துள்ளார்கள் என்றும் கூறினார். இவர்தான் பிற்காலத்தில் பிரசித்தி பெற்ற சிறப்பு டாக்டராக பணியாற்றிப் புகழ் பெற்ற இரத்தினவேல் சுப்பிரமணியம் ஆவார்.

அகில இந்தியத் தொழுநோய் மாநாடு

பம்பாயில் நடைபெற்ற அகில இந்தியத் தொழுநோய் மாநாட்டில் நான், டாக்டர் பால் பிராண்டுடன் சென்று கலந்து கொண்டேன். நாங்கள் இருவரும் இம்மாநாட்டிற்காகப் போட்டிருந்த கண்காட்சி அறைகளை ஒவ்வொன்றாகப் பார்த்து வந்தோம். அப்போது பால் பிராண்ட் ஒரு கண்காட்சி அறையின் வெளியில் நின்று, ‘நான் இந்தத் தொழு நோய்க்காகக் கண்டு பிடித்து மேற்கொண்ட அறுவைச் சிகிச்சைகள் குறித்து மாநாடு ஏற்பாட்டாளர்கள் எந்த இடத்திலும் எனது பெயரை வெளிப் படுத்தவில்லையே!’ என்று என்னிடம் கூறினார். அதற்கு நான் பதில் அளிக்கையில், ‘நீங்கள் விஞ்ஞானி தாமஸ் ஆல்வா எடிசன் போல் இருக்கிறீர்கள்!’ என்றேன்.

அவர் வியந்து, என்னிடம் விளக்கம் கேட்டார். அதற்கு நான், ‘மின்சார விளக்கைப் போடும்போதோ அல்லது நிறுத்தும் போதோ எடிசனைப் பற்றி நாம் நினைப்பதில்லை. இந்த செயல் இயற்கையாக அமைந்து விடுகிறது. அதுபோல்தான் தாங்களும். இதுதான் உண்மையான வெற்றிக்கு அடையாளம்!’ என்றேன். நான் கூறியவற்றை பொறுமையாக கேட்டுச் சிரித்த அவர், ‘நீ ஒரு அறிவாளி!’ என்று சுருக்கமாகச் சொல்லி முடித்துவிட்டார்.

அமெரிக்காவின் புகழ்வாய்ந்த ஆல்பர்ட்லாஸ்கர் விருதை, அங்கஹீனமானவர்களுக்கு புனர்வாழ்வு முறைகளை ஏற்படுத்தி கொடுத்தமைக்காக டாக்டர். பால் பிராண்டிற்கு வழங்கினார்கள். இத்தகைய சிறப்பினை அடைந்ததற்காக அவருக்குப் பாராட்டு தெரிவிக்கும் வகையில், CMC மருத்துவமனையின் ‘ஸ்கடர்

மெமோரியல் ஆடிட்டோரிய'த்தில் ஒரு கூட்டத்திற்கு ஏற்பாடு செய்திருந்தார்கள். டாக்டர். பால் பிராண்ட் தனது ஏற்புரையில், 'தொழுநோயாளிகளின் பல பிரச்னைகளை அவர்களிடம் நெருங்கிப் பழகியதாலேயே தெரிந்து கொண்டது மட்டுமன்றி நான் நிறைய கற்றுக் கொள்ளவும் செய்தேன்.' என்று சொன்னதுடன், இந்தப் புகழ் எனக்கு மட்டுமல்லாமல் என்னுடன் பணிபுரிந்தவர்கள் அனைவருக்குமே பொருந்தும் என்று சொல்லி, 'புதிய முறை தசைநார் அறுவை சிகிச்சை செய்யும்போது இயன்முறை மருத்துவர் N. பழனி அவர்கள் என்னிடம் வந்து 'இந்தப் புதிய முறை அறுவை சிகிச்சை நன்கு செயல்படவில்லை. இம்முறையினால் நோயாளிகள் தங்கள் கைகளை நன்றாக இயக்க முடியவில்லை.' என்று எடுத்துச் சொன்னார். அவரது ஆலோசனையையும் உள்வாங்கிக் கொண்டு தான் நான் வேறொரு முறையைப் பன்பற்றி செயலாற்றத் தொடங்கினேன். ஆக இது ஒரு கூட்டு முயற்சியே' என்று சொன்னார். கூட்டம் முடிந்தவுடன் மருத்துவர்கள் பலரும் என்னிடம் வந்து கைகுலுக்கி தங்கள் மகிழ்ச்சியைத் தெரிவித்து பாராட்டிச் சென்றார்கள்.

தொழுநோயாளிகளின் மடங்கிய கைகளை நிமிர்த்தும்படியாக அவர்களுக்கு மாவுக்கட்டு போட்டு அறுவை சிகிச்சைக்குத் தயார் செய்வதற்கான முயற்சிகளைத் தீவிரமாக மேற் கொண்டேன். இதில் நிபுணத்துவமும் பெற்றேன். CMC மருத்துவமனையில் ஒரு முக்கியமான குறிக்கோளை கடைப் பிடிக்கிறார்கள். CMC யில் மருத்துவர்கள் வேலைநேரம் போக மற்ற நேரங்களில் நோயாளிகளின் வீட்டிற்குச் சென்று பிரத்யேக மாக தனியாக சிகிச்சைச் செய்து பணம் சம்பாதிப்பது கூடாது.

ஒரு வசதிபடைத்த நோயாளி மற்றவர்களைப் போலல்லாமல் தனக்கு மட்டும் பிரத்தியேகமான சிகிச்சை அளிக்கும்படி டாக்டர். பால் பிராண்டிடம் என்னைப்பற்றி புகார் செய்தார். டாக்டர். பால் பிராண்ட் பதிலளிக்கையில், 'இச்சிகிச்சையில் திரு பழநி அவர்கள் நிபுணத்துவம் பெற்றவர். ஆகையால் நீங்கள் அவர் சொற்படி சிகிச்சை பெற்று வருவது நலம்' என்று சொல்லி அனுப்பி விட்டார். மேற்படி தகவலை அந்நோயாளியே என்னிடம்வந்து கூறினார்.

1962-ல் ஐதராபாத்தில் அகில இந்திய தொழுநோய் மாநாடு நடை பெற்றது. டாக்டர். பால் பிராண்ட் அவருடைய ஆராய்ச்சிக்

கட்டுரையைப் படிப்பதற்காக கட்டுரை குறித்து slide மூலம் படம் போட்டு காட்டுவதற்குத் தேவையானவற்றை எடுத்து வந்தார். ஆனால், அம்மாநாட்டு ஹாலில் கண்ணாடி ஜன்னல்கள் பொருத்தப்பட்டிருந்ததால் வெளிச்சம் மிகுதியாக இருந்தது. படம் காட்டுவதற்கு ஓரளவிற்கு இருட்டும் தேவைப்பட்டது. நானும் என்னுடன் அங்கு தங்கியிருந்த நபர்களும் எங்களுடைய போர்வைகளை எடுத்து வந்து ஜன்னல் சட்டத்தில் ஆணி அடித்து வெளிச்சத்தைக் குறைத்தோம். பிறகு டாக்டர் பிராண்ட் தன் கட்டுரையைப் படம் போட்டுக் காட்டினார். பலத்த ஆரவாரத்துடன் அங்குகூடி இருந்தவர் எல்லோரும் தங்கள் மகிழ்ச்சியைத் தெரிவித்தனர். என்னுடைய பங்கிற்கு என்னுடைய கட்டுரையைப் படித்தபோது அனைவரும் கைதட்டி தங்கள் மகிழ்ச்சியைத் தெரிவித்தனர்.

மேற்கண்ட தொகுப்பிற்கு டாக்டர். பால் பிராண்ட் தலைமை தாங்கினார். பின்னர் பால் பிராண்ட் என்னைத் தனிப்பட்ட முறையில் பார்த்து என் மீதுள்ள மகிழ்ச்சியைத் தெரிவித்துக் கொண்டார். ஐதராபாத்தில் ஜனவரி மாதத்தில் மிகவும் குளிராக இருந்தது. அப்போது நான் மெல்லிய கதர் துணி அணிந்திருந்தேன். நான் குளிரால் நடுங்குவதைக் கண்ட டாக்டர். பால் பிராண்ட் என்னைக் கடைக்கு அழைத்துச் சென்று எனக்குத் தேவையான கம்பளி ஆடை மற்றும் காலுறைகளை வாங்கிக் கொடுத்தார். அதனை நீண்ட வருடங்களுக்கு பத்திரமாக பாதுகாத்துப் பயன்படுத்தி வந்தேன்.

மேலும் அவர், தான் அடுத்த நாள் மாநாட்டில் பங்கேற்க முடியாமல் இருப்பதால், நாங்கள் இருவரும் தொழுநோய் நிவாரணத்திற்காகச் செய்த போஸ்டர்களை மாநாட்டில் எடுத்துக் காண்பிக்குமாறு என்னிடம் கூறினார்.

மறுநாள் மாநாட்டில் முன்பு இந்திய சுகாதார அமைச்சராக இருந்த திருமதி ராஜ்குமாரி அம்ரித்கவுர் தலைமை தாங்கினார். நான் எடுத்து வந்த படங்களை மேடையில் கருத்தரங்கின்போது விளக்கிக் காட்டினேன். அப்போது மேடையிலிருந்த திருமதி ராஜ்குமாரி அம்ரித்கவுர் அப்படங்களை வாங்கி அப்படங்களை முக்கியமான வெவ்வேறு மொழிகளில் மொழிபெயர்த்து நாட்டின் சுகாதார மையங்களுக்கு அனுப்புவதாகக் கூறினார்.

சிலமாதங்களுக்குப் பிறகு நான் வடமாநிலத்திற்குச் சென்ற போது CMC வேலூரில் தயாரித்த படங்களை மொழிபெயர்ப்புடன்

அந்த மருத்துவமனைகளில் பார்த்தபோது மிகுந்த ஆச்சரியமும் மகிழ்ச்சியும் அடைந்தேன். இத்தகைய பணி, மக்கள் சேவைக்கு பெரிதும் உதவுவதாக அமைந்துள்ளது. இதனால் அரசாங்கத்திற்கு பணசெலவு குறையும். உதாரணமாக சீரான தண்ணீர் தொட்டிகள் மற்றும் உடையாமல் உறுதியான குழாய்கள் அமைத்து தண்ணீர் விநியோகம் செய்தால் பெரும்பாலான வியாதிகள் வராமல் தடுக்கலாம். அரசாங்கத்திற்கு கோடிக்கணக்கான ரூபாய்கள் மருத்துவத்திற்கு செலவு செய்வதை தவிர்க்கலாம். பாதுகாப் பற்ற நாம் குடிக்கும் தண்ணீரில் சிலசமயம் சாக்கடை நீர் கலந்து வருவதால் வயிற்றுப்போக்கு மஞ்சள்காமாலை மற்றும் பல நோய்கள் வரக்காரணமாக இருக்கிறது.

ஒரு நோயாளியின் கண்கள் மூட முடியாமல் திறந்த நிலையி லேயே இருந்தன. இதனால் தூசுகள் காற்றில் பறந்து வந்து கண்களுக்கு தீமையையும், மற்றும் சில சமயங்களில் பார்வை இழப்பையும் ஏற்படுத்த நேரிடும். 'பிளாஸ்டிக் சர்ஜரியின் தந்தை' என்று அழைக்கப்படும் டாக்டர். ஹெரால்டு கில்லிஸ் அக்கண்களுக்கு தசைநார் Temporalis tendon transfer அறுவை சிகிச்சையை மேற்கொண்டார். சிகிச்சையின்போது டாக்டர். பால் பிராண்ட் அவர்கள் என்னை அறுவை சிகிச்சை செய்யும் இடத்திற்கு வரும்படி அழைத்து மின்சாரத்தின் மூலம் அத்தசையை இயக்கும்படிக் கூறினார். நான் அவ்வாறு செய்தேன். நன்றாக இயங்கிய தசையைப் பார்த்து டாக்டர். ஹெரால்டு கில்லிஸ், டாக்டர்.பால் பிராண்ட் இருவரும் என்னைப் பாராட்டி மகிழ்ந்தார்கள்.

இதுசம்பந்தமாக டாக்டர். பால் பிராண்ட் அவர்கள் தன் அறுவைசிகிச்சைக் குறிப்புகளில் என்னுடைய அபிப்ரா யத்தையும் சில இடங்களில் சேர்த்திருக்கிறார். தன்னுடைய புத்தகம் 'Ten Fingers for God' மற்றும் 'Gift of pain' என்ற இரு நூல்களிலும் ஓரிரு இடங்களில் என்னைப்பற்றிக் குறிப் பிட்டிருக்கிறார்.

மேலும் நான் இயன்முறை மருத்துவப் படிப்பை கிறித்துவ மருத்துவ கல்லூரியிலேயே படிப்பதற்கு அவர் ஆவன செய்தார். இவர் கிறித்துவ மருத்துவமனையிலிருந்து விடுபட்டு அமெரிக்காவில் கார்வொயில் தொழுநோய் மருத்துவமனையில் ஆராய்ச்சி செய்யும் நிமித்தம் சென்றார்.

டாக்டர். பால் பிராண்ட் அமெரிக்கா சென்றபிறகு, நான் ஒவ்வொரு வருடமும் அவருக்கு கிறிஸ்துமஸ் வாழ்த்து அனுப்புவேன். அவரும் அமெரிக்காவிலிருந்து எனக்கு எழுதும் கடிதங்களில் என்னை மிகவும் உற்சாகப்படுத்தி எழுதுவார். அவர் சேலத்திற்கு வந்தபோது என்னைப் பார்க்க இயலாமை குறித்தும் எழுதினார். மேலும், நீ உன்னுடைய தொழிலில் சிறப்பான சேவை செய்து முன்னுக்கு வந்திருக்கிறாய். உன்னை நினைத்து நாங்கள் பெருமைப்படுகிறோம் என்று அதில் வாழ்த்தி எழுதியிருந்தார். அவர் எனக்கு எழுதிய கடிதம்:

Dr. Paul Brand
1026 California Lane SW
Seattle, WA 98116

3 January 2000

Prof. N. Palani
Vinayaka Mission College of Physiotherapy
Chinna Seeragapadi
Salem 636 308
INDIA

Dear Palani.

It was a great joy to receive your Christmas card and to look through the fine book produced by your College of Physiotherapy. It was good to read your own contribution there and to see your photographs. It would be nice to meet with you and see how much each of us have changed in the intervening years.

Unfortunately your card and the book about the college arrived at my Seattle address while I was actually in India and briefly in Salem itself. If I had received it before I came to India this year I would certainly have tried to contact you in Salem, as I was on my way to the Kolli Mallai to see where I grew up and where my parents worked for so many years.

Do you by any chance ever see Dr. David Elengovan? He has had a clinic in [illegible] but now has built a medical clinic up on the Kolli Hills in memory of my parents.

It's nice to know you have done so well in your professional life. We are very proud of you. We appreciate that you continue to remember us.

God bless you.

Yours sincerely,

Paul Brand

---

*டாக்டர். பால் பிராண்ட் கடிதம்

இவர் சென்ற பிறகு டாக்டர். செல்வபாண்டியன் தலைமை யேற்று சீரும் சிறப்புமாக பணிகளைத் தொடர்ந்து செய்தார்.

டாக்டர். பால் பிராண்ட் இங்கிலாந்தில் இருந்தபோது 15 வது வயதில் அவரது தந்தையார் இறந்தார். தாயார் பால் பிராண்ட் போலவே சேவை மனப்பான்மை கொண்டவர். டாக்டர். பால் பிராண்டின் தாயார் சேலத்தின் அருகில் உள்ள கொல்லிமலையில் ஆதிவாசிகளுக்கு மருத்துவ உதவிகளையும் மற்றும் அவர் களுடைய புனர்வாழ்விற்கான விவசாயம், மரம் நடுதல் போன்றவைகளைக் கற்பித்து அவர்களை வாழ்க்கையில் முன்னேறச் செய்தார்.

திருமதி. பால் பிராண்ட்

இவர் ஒரு சிறப்பான கண் மருத்துவர். தொழுநோயாளிகளின் கண்களில் பாதிப்பை ஆராய்ச்சி செய்து, கண்கள் பாதிப்பின் தடுப்பு முறையையும் மற்றும் சிகிச்சை முறைகளையும் செய்வித்து சர்வதேச புகழைப் பெற்றவர். ஒரு சமயம் அவர் என்னிடம் பேசும்போது, ‘டாக்டர். பிராண்ட் இரவு பகல் என்று பாராமல் அயராது வேலைசெய்து வருகிறார். அதனால் அவர் உடல் நலம் பாதிக்கப்பட்டு நான் விதவையாகி விடுவேனோ என்ற அச்சமும் எனக்கு உள்ளது’ என்றார். அவர் தன் கணவரின் துணிகளை டோபிக்குப் போடும்போது அவருடைய சட்டைப் பைகளை காலிசெய்து பார்ப்பது வழக்கம். ஒரு நாள் அவர் அவ்வாறு செய்யும்போது ஒரு சட்டைப்பையில் ஒரு கடிதம் இருந்ததைப் பார்த்தார். அக்கடிதத்தைப் பிரித்து படித்துப் பார்த்தபோது பிரிட்டிஷ் ராணி அம்மையார் டாக்டர். பால் பிராண்டுக்கு மிகவும் புகழ்வாய்ந்த ‘கமாண்டர் ஆப் பிரிட்டிஷ் எம்பயர்’ 'CBE' என்ற விருதினை அளிப்பதற்காக இங்கிலாந்திற்கு வரும்படி அழைத் திருந்ததைப் பார்த்தார். ஆனால் பால் பிராண்ட் விருதின் விவரத்தை தன் மனைவிக்குக்கூட தெரிவிக்கவில்லை. அவர் தான் உலகளாவிய புகழ் அடைவதைவிட இறைவனிடம் பற்றுதல் மிக்கவராக இருப்பதையே மிகவும் விரும்பியிருப்பார் என்றே தோன்றுகிறது. இன்னும் சொல்லப்போனால் இவருக்கு நோபல் பரிசு கொடுப்பதற்கான ஆலோசனையும் நடந்ததாக அறியப் படுகிறது. ஆனால், இத்தகைய நிகழ்வுகளுக்கு முன்னால் அவர் காலமானது மிகப் பெரிய ஒரு இழப்பாகும்.

டாக்டர். பால் பிராண்ட், கிறிஸ்து பிறந்த தினத்தில் அவருடைய தொழுநோய் புனர்வாழ்வு நிலையத்தில் (New Life Center) மதிய உணவைத் தரையிலமர்ந்து நோயாளிகளுடன் சேர்ந்து சாப்பிடுவார். அவருடைய குடும்பம் மிகவும் அருகில் இருந்தும் அவர் தொழுநோயாளிகளுடன் சேர்ந்து சாப்பிடுவதையே பெரிதும் விரும்பினார். பால் பிராண்ட் உலகத்தின் ஒரு மாபெரும் மனிதர் என்று கூறுவதில் மாறுபட்ட கருத்து இருக்க முடியாது.

இவர் பயிற்றுவித்த டாக்டர்களில் முக்கியமானவர்கள் Dr. E.P. Fritschi, Dr. A.J. Selvapandian, Dr. Mrs. Karat ஆகியவர்கள். இவர்கள் தொழுநோய் சம்பந்தப்பட்ட அறுவை சிகிச்சை மற்றும் அவர்களுக்கான புனர்வாழ்வு சேவைக்காக உலக அளவிலான புகழினைப் பெற்றார்கள். டாக்டர். பால் பிராண்ட் பலரும் கூட்டாக சேர்ந்து வேலை செய்வதை விரும்பி அவர்களுக்கு உற்சாகமளித்து அவர்கள் முன்னேறும்படிச் செய்வார். அவர் ஒவ்வொரு வியாழக் கிழமையும் பிரத்தியேகமாக கை ஆராய்ச்சி சம்பந்தப்பட்ட விஷயங்களை மற்றவர்களுடன் பகிர்ந்து பேசுவார். ஒரு சமயம் உலக சுகாதார நிபுணர்கள் 60 பேர் இவர் செய்யும் வேலையைப் பார்க்க வந்தார்கள். அப்போது ஒரு நோயாளியின் இரு கைகளையும் காட்டி அறுவை சிகிச்சைக்கான ஏற்பாடுகள் செய்திருப்பதாகக் கூறினேன். அவர் பதிலுக்கு, 'வலது கையில் அறுவை சிகிச்சை செய்யலாமா?' என்று என்னைக் கேட்டார். நான் அதற்கு, 'இடது கை அறுவை சிகிச்சைக்கு தயாராக இருக்கிறது!' என்று கூறினேன். இதனைக் கேட்டு அவர் சிரித்து, 'ஆம் வலது கையில் அறுவை சிகிச்சை செய்தால் இப்போது இருக்கும் வீக்கம் இன்னும் அதிகமாகி பிரச்னைகளை ஏற்படுத்த வாய்ப்பிருக்கிறது' என்று கூறி இடது கையில் அறுவை சிகிச்சை செய்வதற்கு ஒப்புதல் அளித்தார். எனக்கு இந்திய அரசாங்கத்திலும் வெளிநாட்டிலும் வேலை செய்வதற்கான வாய்ப்புகள் இருந்தபோதும் குறைவான ஊதியத்தில் நல்ல மருத்துவமனையில் நான் இந்தியாவில் வேலை செய்வதையே பெரிதும் விரும்பினேன்.

மகாத்மா காந்தியும் தொழுநோய் நிவாரணமும்

1930-ல் பிரிட்டிஷ் அரசாங்கத்திற்கு எதிராக, மகாத்மா காந்தி அகமதாபாத் சபர்மதி ஆசிரமத்தில் இருந்து சுமார் 464 கிலோமீட்டர் தூரத்தில் தண்டிக்கு உப்பு சத்தியாக்கிரகம் செய்ய யாத்திரை மேற் கொண்டார். உலகப் புகழ் வாய்ந்த பேரணியை நடத்தினார். உப்பு சத்தியாக்கிரகத்தின்போது ஒருநாள் மாலையில் தொண்டர்கள்

அனைவரும் மகாத்மா காந்தியுடன் பிரார்த்தனைக் கூட்டத்திற்கு ஒன்று சேரும்போது அக்கூட்டத்தில் இல்லாத ஒருவரைக் காண காந்தி கையில் ஒரு அரிக்கன் விளக்கு எடுத்துக் கொண்டு காணாமல் போன நபரைத் தேடி புறப்பட்டார்.

வெகுதூரத்தில் ஒருவர் உட்கார்ந்து இருப்பதைப் பார்த்தார். அவர் தனக்கு தொழுநோய் இருப்பதையும் காலில் புண்கள் இருப்பதையும் சொல்லி, மேற்கொண்டு அதிக தூரம் நடக்க இயலாமையையும் தெரிவித்தார். காலில் இரத்தக்கசிவும் ஏற்பட்டிருந்தது. மகாத்மா காந்தி தான் அணிந்திருந்த துணியில் ஒரு பகுதியை கிழித்து புண்கள் இருந்த இடத்தில் அத்துணியைச் சுற்றி கட்டி அவரை பிரார்த்தனைக் கூட்டத்திற்கு அழைத்து வந்து தன் பக்கத்தில் உட்காரச் செய்தார். பிறகு இறை வணக்கக் கூட்டம் நடைபெற்றது.

மகாத்மா காந்தி மிகவும் விரும்பிய பாடல் வைஷ்ணவ ஜனதோ. பாடலின்படி ஓர் உண்மையான பக்தன்:

1. மற்றவர்கள் துன்பத்தை அறிவான்.
2. பிறருக்கு நன்மைகள் புரிவான். பிரத்தியேகமாக கஷ்டங்களில் இருப்பவர்களுக்கு உதவி செய்வான்.
3. கர்வம் தன் மனத்திலெ உள்புகுமாறு செய்ய மாட்டான்.
4. உலகம் முழுவதும் புகழ்ந்தாலும் அடக்கத்துடன் இருப்பான்.
5. யாரைப்பற்றியும் அவதூறாகப் பேசமாட்டான்.
6. அவன் வாய்வழியாக பேசும் வார்த்தைகளும் செயல்களும் பரிசுத்தமாக இருக்கும்.
7. அவர்களுடைய தாயார் ஆசீர்வதிக்கப்பட்டவர்கள். அவன் எல்லாவற்றையும் சமமாக பார்ப்பான்.பேராசையும் மிகு பொருளீட்டுதலையும் தவிர்ப்பான்.
8. மற்றவர்களுடைய மனைவி அல்லது மகளை தன்னுடைய தாயாகவே நினைப்பான்.
9. அவனுடைய வாய் உலர்ந்து போனாலும் பொய் பேச மாட்டான்.
10. பிறருடைய பொருள்களுக்கு ஆசைப்பட மாட்டான்.
11. உலகப் பிரகாரமான ஆதாயங்களுக்காக அடிபணிய மாட்டான்.

12. உலகத்தின் சந்தோஷங்களிலிருந்து விலகி இருப்பான்.

13. இராம நாமத்தின் மேல் பற்றுதலாயிருப்பான்.

14. எல்லா மதங்களையும் சரிசமமாகக் கருதுவான்.

15. பேராசைக் கொண்டவனாகவோ நேர்மையற்றவனாகவோ இருக்க மாட்டான்.

16. அவன் கோபத்தையும் இச்சையையும் தவிர்த்திருப்பான்.

பரச்சுரே சாஸ்திரி என்பவர் ஒரு சமஸ்கிருதப் புலவர். அவர் இந்திய தேச விடுதலைக்காக காந்தியுடன் சேர்ந்து போராடியவர். அவருக்கு தொழுநோய் ஏற்பட்டு வார்தாவில் உள்ள ஆசிரமத்தில் காந்தியைப் பார்க்க வந்தார். அவர் தொழுநோயால் பாதிக்கப்பட்டிருந்ததால் அவரை வீட்டில் சேர்த்துக்கொள்ள யாருக்கும் விருப்பமில்லை. ஆகையால் காந்தியடிகளின் உதவியை நாடி வந்தார். காந்தி தன்னுடைய ஆசிரமத்தில் தங்கியிருக்கும் அனைவரிடமும் பேசி பரச்சுரே சாஸ்திரிக்கு அந்த ஆசிரமத்தில் தங்க ஏற்பாடு செய்தார். இப்போதும் வார்தாவில் உள்ள காந்தி ஆசிரமத்தில் பரச்சுரே சாஸ்திரி தங்கியிருந்த குடிலை அவர் நினைவாக வைத்துள்ளார்கள். காந்தி, தினமும் அவரைப் பார்த்து அவருடைய கைகால்களை நீவி விட்டு நலம் விசாரிப்பார்.

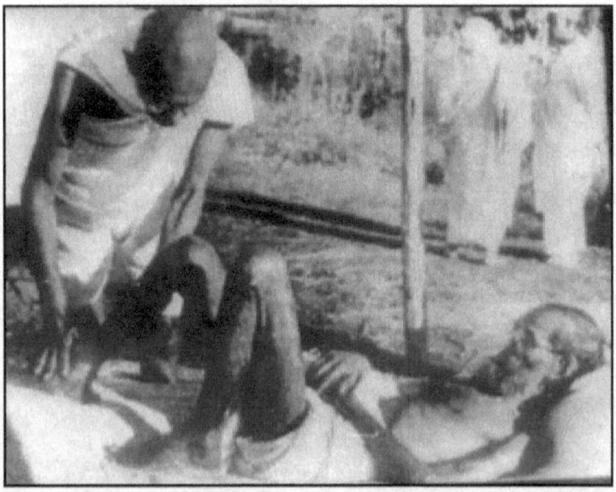

மகாத்மா காந்தி தொழுநோயாளிக்கு சிகிச்சை அளித்தல்

இதனால்தானோ என்னவோ பிரபல விஞ்ஞானி ஐன்ஸ்டின் என்பார் காந்தி இறந்தபோது, 'வருங்காலத்தில் மக்கள் இவ்வாறும் ஒருவர் உயிருடன் இருந்தாரா என்று சந்தேகிப் பார்கள்' என்றார். ரோமைன் ரோலண்டு என்பவர், 'காந்தி இன்னொரு கிறிஸ்து!' என்று கூறினார்.

ஓர் அதிகாரி மகாத்மா காந்தியைச் சந்தித்து, ஒரு தொழுநோய் மருத்துவமனையைத் திறப்பதற்காக அழைத்தார். ஆனால், காந்தி பதிலுக்கு, 'நீங்கள் எப்போது கடைசியில் மருத்துவமனையை மூடப்போகிறீர்களோ அப்போது வந்து என்னை அழையுங்கள்!' என்றார். அவருடைய நோக்கமே 'நாட்டிலுள்ள பிரஜைகள் அனைவருமே உடல் நலத்துடன் இருக்க வேண்டும்!' என்பதாக இருந்தது.

ஃபாதர் டேமியன்

ஃபாதர் டேமியன் ஒரு கத்தோலிக்க பாதிரியார். இவர் பெல்ஜியம் நாட்டில் பிறந்தவர். சேவை செய்யும் மனப்பான்மை கொண்டவர். மூலாக்கி தீவில் (அவாய்) ஒரு பெரிய தொழு நோய்க்கான மருத்துவமனை செயல்பட்டுக் கொண்டிருந்தது. அங்கிருக்கும் தொழுநோயாளிகள் அடிப்படை வசதிகள்கூட இல்லாமல் துயரப்பட்டுக் கொண்டிருந்தார்கள். கத்தோலிக்க பாதிரியார் யாராவது ஒருவர் அங்கு சென்று பணியாற்ற வேண்டும் என்ற வேண்டுகோள் விடுக்கப்பட்டது. ஆனால் அங்கு போய் சேவை செய்யும் பாதிரியார்கள் திரும்பி வரக்கூடாது என்று பணித்தார்கள். பாதர் டேமியன் ஆழ்ந்த சிந்தனைக்குப் பிறகு தானே அங்கு சென்று தொண்டு செய்வது என்ற தீர்மானத்துடன் அந்த ஸ்தாபன பொறுப்பை ஏற்றுக் கொண்டார். பலவிதமான இடர்பாடுகளுக்கிடையேயும் அங்கு ஊழியம் செய்ய ஆரம்பித்தார். நோயாளிகளுக்குப் போதுமான படுக்கை வசதிகள் இல்லாமை, உணவு பற்றாக்குறை, மருத்துவ வசதி குறை பாடுகள் போன்றவைகளைக் கண்டு தொண்டு நிறுவனங்களிடம் தொடர்பு கொண்டு ஓரளவுக்கு பொருளாதார வசதி பெற்று அவர்களுக்கு சேவை செய்ய ஆரம்பித்தார். மேலும் இவர் எல்லாவித நோயாளிகளுடன் நெருங்கிப் பழகி அவர்களின் குறைகளைக் கேட்டு, துயரங்களைக் களைய முற்பட்டார்.

ஒரு நாள் அவருடைய பாதங்களில் தற்செயலாக மிகச் சூடான வெந்நீர்பட்டு சிறிது நேரம் கழித்து அவருடைய பாதங்களில்

கொப்புளங்கள் ஏற்பட்டதைக் கண்ணுற்றார். வலி உணர்வு கொஞ்சமும் தெரியவில்லை. அவர் புரிந்து கொண்டார். தான் தொழுநோயினால் பீடிக்கப்பட்டிருக்கிறோம் என்று அறிந்து கொண்டார். அந்நாட்களில் மருந்துகள் சரியான முறையில் கண்டு பிடிக்காமையால் வியாதி முற்றி பலவிதத்திலும் துன்பப்பட்டு ஃபாதர் டேமியன் தனது 49வது வயதில் காலமானார்.

ஃபாதர் டேமியன் இறுதி ஊர்வலம்

மகாத்மா காந்தி, ஃபாதர் டேமியன் பற்றி குறிப்பிடும்போது, ‘இத்தகைய தியாக சீலர்கள் ஒரு சிலரையே காணமுடியும்’ என்று கூறினார்.

உலகத்திலுள்ள கத்தோலிக்க தலைவர்கள் ஃபாதர் டேமியன் நினைவாக ‘டேமியன் பவுண்டேஷன்’ என்ற ஒரு ஸ்தாபனத்தை நிறுவி உலகம் முழுவதும் உள்ள தொழுநோய் தொண்டு

நிறுவனங்களுக்குத் தேவையான பொருளாதார உதவிகள் செய்து தொண்டாற்றி வருகிறார்கள். இவர் தியாகம் வாழ்க! இவர் நாமம் வாழ்க! உலக தலைமை கத்தோலிக்க ஸ்தாபனம் 2009ல் ஃபாதர் டேமியனின் தொண்டினைப் பாராட்டி 'Saint டேமியன்' என்ற தியாக சீலர் பட்டத்தை வழங்கினார்கள்.

அகில உலகத் தொழுநோய் கருத்தரங்கு

1968-ல் இந்திய அரசாங்கத்தின் கீழ் இக்கருத்தரங்கு ஆக்ராவில் நடைபெற்றது. மாநாட்டில் ஆய்வுக்கட்டுரை ஒன்று வழங்கும் படி எனக்கு அழைப்பு விடுத்தார்கள். ஆய்வுக்கட்டுரை படிக்கும் நாளன்று 101°F காய்ச்சல் இருந்தது. இருந்தாலும் உடல் நலமின்மையைக் கருத்தில் கொள்ளாமல் என்னுடைய கட்டுரையைப் படித்து அனைவருடைய பாராட்டுதலையும் பெற்றேன். அம்மாநாட்டிற்கு சுவிட்சர்லாந்திலிருந்து வந்த எனக்கு பரிச்சயமான Dr. Zwicky என் உடல் நலிவுற்றதைப் பார்த்து, 'உனக்கு ஆட்சேபணை இல்லையானால் டெல்லியி லிருந்து சென்னைக்கு விமானத்தில் அழைத்துச் செல்கிறேன்' என்று சொன்னார். 'ஏற்கெனவே தொடர்வண்டியில் முன்பதிவு செய்து விட்டபடியால் அதிலேயே பிரயாணம் செய்ய விருப்பப் படுகிறேன்' என்று கூறி மேலும் அவர் அழைப்பிற்கு என் நன்றியையும் தெரிவித்தேன்.

கல்கத்தா அகில இந்திய இயன்முறை மருத்துவ மாநாடு

கல்கத்தாவில் அகில இந்திய இயன்முறை மருத்துவ மாநாட்டில் எனக்கு அழைப்பு வந்தது. நான் தொடர் வண்டியில் இரவு பயணத்தைத் தொடங்கி மறுநாள் காலையில் ஒரிசாவிலுள்ள சித்ரபூர் என்ற நிலையத்தைச் சென்றடைந்தேன். அப்போது அங்கிருந்தவர்கள் 'தொடர்வண்டி வேலைநிறுத்தம் காரணமாக மறுபடியும் பயணம் தொடர்வதற்கு குறைந்தது ஆறு மணிக்கு மேல் ஆகும்.' என்றனர். எனவே வண்டியிலிருந்து இறங்கி அவ்வூரிலுள்ள முடிதிருத்தும் நிலையத்திற்குச் சென்று முடி வெட்டிக்கொண்டேன். தொடர் வண்டி நிலையத்தருகில் உள்ள ஒரு குளத்தில் குளித்துவிட்டு ஒரு உணவு விடுதிக்குச் சென்று

மதிய உணவை உண்டுவிட்டு மறுபடியும் என் தொடர் வண்டிப் பயணத்தைத் தொடர்ந்தேன். குருதாபூர் என்ற நிலையத்தை வண்டி அடைந்தபோது ஜனநெருக்கடியால் பலர் வண்டியின் மேற்கூரையில் உட்கார்ந்து பிரயாணம் செய்தார்கள். நானும் ஆவல் மிகுதியால் அவ்வாறே சிறிது தூரம் மேற்கூரையில் அமர்ந்து பயணம் செய்தேன்.

கல்கத்தா மாநாட்டில் கலந்துகொண்டு அவ்வாய்ப்பை பயன் படுத்தி ராமகிருஷ்ண மடம், Birla Planatorium, வனவிலங்கு காப்பிடம் ஆகியவற்றைப் பார்த்து ரசித்தேன்.

Kumbakonam Sacred Heart Leprosy Hospital

ஒருமுறை Dr. Zwicky கும்பகோணத்தில் உள்ள தூய நெஞ்சத் தொழுநோய் மருத்துவமனைக்கு உதவிக்கு வரும்படி என்னை அழைத்திருந்தார். சில நாட்கள் விடுமுறை எடுத்துக் கொண்டு அம்மருத்துவமனைக்குச் சென்றேன். அது ஒரு கத்தோலிக்க மதத்தைச் சார்ந்தவர்களின் ஸ்தாபனம். அங்கு கிட்டத்தட்ட 1000 தொழுநோயாளிகளுக்கு சிகிச்சை அளித்து வந்தார்கள். ‘இம்மருத்துவமனையில் காலில் புண் உள்ளவர் களும் அறுவை சிகிச்சைக்காகக் காத்திருப்பவர்களும் மற்றும் முக்கியமான உடல் நலமற்றவர்களும் இங்கேயே தங்கி சிகிச்சை பெறலாம். மற்றவர்கள் அவரவர் சொந்த ஊருக்குச் சென்று அங்கேயே மருந்துகள் வாங்கிச் சாப்பிட்டு தொழில்கள் செய்து சம்பாதித்து வீட்டிலேயே தங்கி சிகிச்சை பெறலாம்.’ என்று Dr. Zwickyயிடம் எடுத்துக் கூறினேன். ‘இத்தகைய ஏற்பாடு பிற்காலத்தில் அவர் களுக்கு நலம் புரியும்படி வாய்ப்பு அளிக்கும்.’ என்றும் கூறினேன். Dr. Zwicky யும் இதற்கு உடன்பட்டு பெரும்பாலான நோயாளிகளை வீட்டிற்குச் சென்று சிகிச்சை செய்து கொள்ளும்படி அனுப்ப ஏற்பாடு செய்தார்.

இதற்கிடையில் நோயாளிகள் அவ்விடத்திலேயே தங்கி பழக்க மாகிவிட்டதால் அங்கிருந்து போவதற்கு சற்றுத் தயங்கினார்கள். இருந்தாலும் நாங்கள் அங்குள்ள செவிலியர்களிடம் விளக்கிக் கூறி அவர்களை அனுப்பும்படி செய்தோம். அவர்களுக்கு, ‘வேலை செய்வது என்பது கடவுளை வணங்குவதற்கு சமமானது’ என்று சொல்லி அறிவுறுத்தி அனுப்பினோம்.

மக்கள் சேவையில் மகத்தான மருத்துவர்கள்

படம் இடமிருந்து வலம்: டாக்டர். செல்வ பாண்டியன், டாக்டர். பால் ப்ராண்ட், Mrs Job, பேராசிரியர் நா. பழனி

Dr. A.J. செல்வபாண்டியன்:

டாக்டர். பால் பிராண்ட் அமெரிக்காவிற்குச் சென்றபிறகு டாக்டர். செல்வபாண்டியன் அந்த இடத்தில் பொறுப்பேற்று சிறப்பாக செயல்பட்டு வந்தார். செல்வபாண்டியன் அகில இந்தியத் தொழுநோய் மாநாடுகளிலும் சர்வதேச தொழுநோய் மாநாடுகளிலும் என்னை கட்டுரைகள் எழுதி படிக்கச் செய்வார். படிக்கச்செய்து சிலவற்றை ஆங்கில தொழுநோய் மருத்துவ இதழ்களில் எழுதச் சொல்வார். ஒரு சமயம், 1968ல் என்னை அழைத்து, 'சர்வதேச தொழுநோய் மாநாட்டில் லண்டனில் நீங்கள் கட்டுரை வாசிக்க வேண்டும்' எனக் கூறினார். அதற்கு நான் பதிலளிக்கையில், 'எனக்குப் பதில் அமெரிக்காவில் இருந்து வந்திருக்கும் இயன்முறை மருத்துவர் என் கட்டுரையைப் படிக்குமாறுச் செய்யலாம். இதனால் செலவும் மிச்சமாகும்.'

என்றேன். அவ்வாறே அமெரிக்காவில் வந்திருந்து பணியாற்றும் இயன்முறை மருத்துவர் திருவாளர். Steeve Kolumban என் கட்டுரையை எனக்குப் பதில் அங்கு படித்தார்.

டாக்டர். செல்வபாண்டியன் புறநோயாளிகள் மருத்துவமனை களுக்கு செல்லும்போது நானும் அவருக்கு உறுதுணையாக இருப்பேன். மேலும் மருத்துவ மாணவர்கள், செவிலியர் படிப்பு படிக்கும் மாணவர்களுக்கும் இயன்முறை மருத்துவ சம்பந்தமான மாணவர்களுக்கும் வகுப்புகளை நடத்துவேன்.

Dr. Fritschi:

இவர் பால் பிராண்டுக்கு அடுத்தபடியாக தொழுநோய் சேவையில் ஆர்வம் கொண்டு முற்றிலுமாக தன் வாழ்நாள் முழுவதையும் தொழு நோயாளிகளுக்காகவே அர்ப்பணித்தார். இவர் மருத்துவ மாணவர் களுக்கு கற்றுக் கொடுக்கும்போது தொழுநோயாளி களின் கால்களில் உள்ள புண்களைச் சுத்தம் செய்யும்போது மஞ்சள் நிறத்தில் சீழ் வெளிவரும். அவர் அதைப் பார்த்து எந்த அருவெறுப்பும் காட்டாமல், 'இச்சீழ் பார்க்க ஐஸ்கிரிம் போலல்லவா இருக்கிறது!' என்பார். இவர் ஆரம்பத்தில CMC மருத்துவ மனையிலும் பிறகு கரிகிரியிலும் வேலை செய்து தொழு நோயாளி களுக்கு மாபெரும் தொண்டாற்றினார்.

Dr. Mrs. Karat:

இவரும் டாக்டர் பால்பிராண்டின் நெருங்கிய சகாக்களில் ஒருவர். இவர் தொழுநோய் அறுவை சிகிச்சை நிபுணர் மட்டு மில்லாமல், இவரும் இவருடைய கணவர் Dr. Karat மற்றும் டாக்டர் குழுவினர் இரவு பகல் கால நேரம் பாராமல் தொழு நோயில் கூட்டு மருந்து சிகிச்சை அளித்து வெளிநாட்டினரும் வியக்கும் வண்ணம் கரிகிரியில் செய்து புகழ் பெற்றார்கள். நான் மாலை நேரங்களில் வெகுநேரம் சிகிச்சை அளித்துக் கொண்டி ருப்பேன். அவர்கள் இருவரும் என்னை வந்து பார்த்து காபி குடிக்க அழைப்பார்கள். இவர்களுடைய மென்மையான குணத்தை என்றும் போற்றுவேன்.

Dr. Cochrane:

இவர் மகாத்மா காந்தியை வார்தா ஆசிரமத்தில் நேரில் பார்த்து இந்திய அளவில் தொழுநோய் சிகிச்சைக்கான ஏற்பாடுகளைச் செய்து மருந்துகள் மலிவு விலையில் கிடைக்க பிரயத்தனங் களையும் செய்தார். ஒரு முறை நான் கரிகிரியில் ஒரு கருத்தரங்கில் டாக்டர். காக்ரின் அவர்களை நேரில் பார்த்துப் பேசினேன். 'நீங்கள்தான் எனக்கு ஏற்பட்ட தொழுநோயைக் கண்டு பிடித்து சிகிச்சை செய்தீர்கள்.' என்றேன். அவர், 'இப்போது நீ சிறப்பான முறையில் முன்னுக்கு வந்துள்ளாய்!' என்று கூறி அவர் வீட்டிற்கு சாப்பாட்டிற்கு என்னை அழைத்தார். அவர் மேலும் தன் உடம்பில் ஆராய்ச்சியின் நிமித்தம் ஊசியின் வாயிலாக தொழுநோய்க் கிருமிகளை தன் உடலில் ஏற்றிக் கொண்டார். 'இதனால் எனக்கு தொழுநோய் வரவில்லை. ஏனென்றால் தடுப்பு சக்தி என் உடலில் இருப்பதால் தொழுநோய் ஆரம்ப நிலையில் சிகிச்சை மேற்கொண்டால் நூறு சதவிகிதம் நிவாரணம் கிடைக்கும்' என்றும் கூறினார்.

திரு T.N. ஜெகதீசன்:

பேராசிரியர் திரு T.N. ஜெகதீசன் அவர்களுடன் எனக்கு நெருங்கிய பழக்கம் ஏற்பட்டது. அவர் ஒரு சமயம், அவருடைய தொழுநோய் மருத்துவமனைக்கு வந்து அங்குள்ள நோயாளி களின் கால்களில் உள்ள புண்களுக்கு மாவுக்கட்டு போடும்படி டாக்டர். பால் பிராண்டு வாயிலாக எனக்கு அழைப்பு விடுத்திருந்தார். அவ்வாறே நானும் ஒரு செருப்பு தைக்கும் தொழிலாளியும் மழவந்தாங்கல் தொழுநோய் நிலையத்திற்குச் சென்று M.C.R. செருப்புக்கான அளவுகளை எடுத்துக் கொண்டோம். சுமார் 15 நோயாளிகளுக்கு கால்களுக்கு மாவுக் கட்டு போட்டு புண்கள் ஆறுவதற்கான செயல்களை மேற் கொண்டேன். வேலை நீடித்ததால் இரவில் பெட்ரோமாக்ஸ் விளக்கின் வெளிச்சத்தில் மாவுக்கட்டுக்கள் போடப்பட்டன. ஆறுவாரங்கள் கழித்து மாவுக்கட்டு பிரித்துப் பார்த்தபோது புண்கள் ஆறி இருந்தன. அவர்களுக்கு புண்கள் வராமலிருக்க M.C.R. காலணிகள் அளிக்கப்பட்டன. சிலருக்கு 10 வருடங் களுக்கு மேல் இருந்த புண்களும் ஆறின. ஆறின புண்களைக் கண்டு நோயாளிகள் எல்லையில்லா மகிழ்ச்சி அடைந்தார்கள்.

குரூப் கேப்டன் செஷயர் (Group Captain Cheshire) – தொடர்பு

இரண்டாம் உலகப் போர் நடைபெற்ற சமயத்தில் குருப் கேப்டன் செஷயர் இரண்டாவது உலக யுத்தத்தில் பங்கு கொண்டு வியத்தகு விமானியாக பணிபுரிந்தார். இவருடைய திறமையான செயல்பாடுகளின் காரணமாக பிரிட்டிஷ் அரசாங்கம் 'விக்டோரிய கிராஸ்' என்ற மாபெரும் விருதினை இவருக்கு அளித்து கௌரவித்தது. இவர் பிரிட்டிஷ் அரசாங் கத்தின் கண்காணிப்பாளராக ஜப்பானில் நாகசாகி என்னு மிடத்தில் அணுகுண்டு போடுவதற்காக அனுப்பி வைக்கப் பட்டார். அணுகுண்டு போட்ட இடத்தில் பெருத்த மக்கள் சேதமும் பொருளாதார சேதமுமாக பெரும் அழிவு ஏற்பட்டது. இதைக் கண்டு துயரடைந்த செஷயர் பிரிட்டிஷ் அரசின் விமானப் படையிலிருந்து விலகி சமூகத் தொண்டிற்கான பணியில் ஈடுபட்டார்.

குரூப் கேப்டன் செஷயர் (Group Captain Cheshire)

அணுகுண்டு ஏற்படுத்திய கடும் பேரழிவினைப் பார்த்த பிறகு உலகளாவிய முதியோர் இல்லங்களை நிறுவி இவர்களுக்கு தொண்டு செய்யும் ஏற்பாட்டினை செய்வித்தார். இவர் வேலூர் வந்தபோது காட்பாடியில் Cheshire Home நிறுவுவதற்கு சில அரிய பெரிய காரியங்கள் செய்தார்.

Group Captain Cheshire மற்றும் நிர்வாக அங்கத்தினர்களுடன் பேராசிரியர் ந. பழனி.

இவர் Cheshire Homeல் உள்ள தொழுநோயாளிகளின் தொழுநோய் சம்பந்தமாக ஒரு சிறிய சினிமா படம் எடுக்க வேண்டும் என்றும் அதற்கு என் உதவி தேவை என்றும் கூறினார். அவருடன் நான் ஒத்துழைத்து ஒரு சினிமா படம் எடுத்தோம். அதில் என்னை இயன்முறை மருத்துவ மாணவர்களுக்கு வகுப்பு ஒன்று நடத்துமாறு கேட்டுக்கொண்டார். ஒருசில மாதங்கள் கழித்து அவர் எனக்கு எழுதிய கடிதத்தில், 'நான் பங்கு பெற்ற வகுப்பு நடத்தும் இடம் நன்றாக வந்ததாகவும் அது கனடாவில் உள்ள T.V நிகழ்ச்சியில் காட்டப்படுகிறது' என்றும் எழுதினார். அவர் எனக்கு வருடாவருடம் புது வருட வாழ்த்துக்களை அனுப்பி வைப்பார்.

Dr. K.V. தேசிகன்:

இவர் தொழு நோயில் சிறப்பான சேவைகள் புரிந்தமைக்காக சர்வதேச காந்தி விருது (International Gandhi Award) மற்றும்

டேமியன் தத்தன் விருதும் பெற்று இன்றும் தொழு நோயாளிகளுக்குப் பணியாற்றி வருகிறார். 1958-ல் என்னை Gandhi Memorial Leprosy Foundationல் ஆறுமாத காலத்திற்கு C.M.C யில் Deputation மூலம் இயன்முறை மருத்துவ சேவை செய்யும்படி C.M.C யில் இருந்து அனுப்பினார்கள்.

ஆந்திராவில் சிலக்கலப்பள்ளி என்னுமிடத்தில் ஒரு பின்னடைந்த கிராமத்தில் டாக்டர். தேசிகன் அவர்களின் மேற்பார்வையில் இப்பயிற்சி நிலையம் அமைந்திருந்தது. விடியற்காலை ஆறு மணிக்கு டாக்டர்.தேசிகன் தலைமையின் கீழ் பயிற்சியாளர்கள் அனைவரும் ஒன்று சேர்ந்து கிராமங் களுக்குச் சென்று சேவை செய்ய வேண்டும். போகும்பாதை கரடுமுரடாகவும் சேறும் சகதியாகவும் இருக்கும். அதனைக் கடந்து செல்லவேண்டும். காலில் அணிந்திருக்கும் செருப்பும் சேற்றில் அகப்பட்டு எடுப்பதே கடினமாக இருக்கும். போகும் வழியில் ஒரு சிறிய ஏரியை கடந்து செல்ல வேண்டும். ஏரியின் கரையில் சில நீர்ப்பாம்புகள் நாங்கள் வருவதைப் பார்த்துக் கொண்டிருக்கும். நாங்கள் அந்த ஏரியைக் கடந்து செல்லும்போது நீர்ப் பாம்புகளும் ஏரியின் உள்ளே சென்று விடும். பத்து மணியளவில் பெத்தபங்கி என்ற கிராமத்தை அடைவோம். அங்குள்ள கிணற்றில் வாளியின் வாயிலாக நீர் எடுத்து கை கால்களைக் கழுவிக் கொண்டு மருத்துவ வேலைகளைச் செய்ய ஆரம்பிப்போம். அங்குள்ள வீடுகளுக்குச் சென்று தொழு நோயாளிகள் கணக்கெடுப்பு மற்றும் அவர்களுக்குத் தேவை யான மருந்துகளைக் கொடுத்து மாத்திரைகளை தினந்தோறும் தவறாமல் சாப்பிடும்படிச் சொல்லி விட்டு வருவோம். ‘இம்மாத்திரைகளை ஒழுங்காக சாப்பிட்டால் தொழுநோய் அங்கஹீனமில்லாமல் பூரணகுணமடையும்.’ என்று அவர்களுக்கு எடுத்துக் கூறுவோம்.

நான் அங்கு போன புதிதில் சில நாட்கள் டாக்டர். தேசிகன் தமது வீட்டிற்கு வந்து உணவு உண்டு செல்லுமாறு கூறினார். ஒரு நாள் இரவு பெருத்த அளவில் மழை பெய்தது. அப்போது அவ்விரவில் தவளைகள் பாம்பின் வாயில் அகப்பட்டு தன் உயிரை காப்பாற்றும்படி இரைச்சலிட்டன. இப்பெருத்த மழையில் பாம்பிற்கு பயந்து, ‘டாக்டர். தேசிகன் வீட்டிற்கு உணவிற்காகச் செல்ல வேண்டாம்.’ என்று முடிவெடுத்தேன். சிறிதுநேரம் கழித்து யாரோ ஒருவர் என் அறைக்கதவை தட்டும் ஓசை கேட்டது. திறந்து பார்த்தபோது திருமதி. தேசிகன் அவர்கள்

குடையைப் பிடித்துக்கொண்டு எனக்கு டிபன்கேரியரில் உணவு கொண்டு வந்திருந்தார்கள். இந்நிகழ்ச்சி வாயிலாக அவர் களுடைய அன்பானது என்னை மெய்சிலிர்க்க வைத்தது.

துவக்க நாளில் நான் மருத்துவமனையின் தாழ்வாரத்தில் நோயாளிகளை பார்த்துக் கொண்டிருந்தேன். அப்போது ஏழு பாம்புகள் ஒன்றன்பின் ஒன்றாக என் முன்னே நகர்ந்து செல்வதைப் பார்த்தேன். இது சற்றே பயத்தையும் ஆச்சரி யத்தையும் அளித்தது. சில நாட்கள் கழித்து நான் தங்கியிருக்கும் விடுதியின் பின்புறம் புல்வெளியில் இரவில் சிறுநீர் கழிக்கச் சென்றேன். அப்போது என் உள்ளங்காலில் ஏதோ ஒன்று அகப்பட்டுக்கொண்டு வெளியே வருவதற்கு முயற்சி செய்து கொண்டிருந்ததை டார்ச் லைட்டின் உதவியால் பார்த்ததில், அங்கு நான் ஒரு பாம்பை மிதித்துக் கொண்டிருப்பதைப் பார்த்தேன். இந்நிகழ்ச்சி எனக்கு மேலும் பயத்தை அளித்தது.

திருமதி. தேசிகன் அவர்கள் காந்தி ஆசிரமத்தில் சேவை செய்து வந்தார். பிறகு நர்சிங் பயிற்சி பெற்று வேலூர் C.M.C மருத்துவமனையில் செவிலியராக பணி புரிந்தார். ஒருமுறை அகில இந்திய சுகாதாரத்துறை அமைச்சர் டாக்டர். சுசீலா நய்யார் 1966ல் வேலூர் கிறித்துவ மருத்துவமனையில் ஒரு நிகழ்ச்சியில் கலந்து கொள்ள வந்திருந்தார். அப்போது டாக்டர். சுசிலா நய்யார், உடன் வந்திருந்த முக்கியஸ்தர்களை விட்டுவிட்டு திருமதி. தேசிகன் அவர்கள் இருந்த இடத்திற்குச் சென்று அவர் நலம் விசாரித்தார்.

திருமதி. தேசிகன் ஒரு சிறந்த சமூக சேவகி. இவருடைய திறமையையும் நேர்மையையும் கண்டு டாக்டர். சுசீலா நய்யார் தன்னுடைய மகாத்மா காந்தி மெடிக்கல் இன்ஸ்டிடியூட் வார்தா மருத்துவக் கல்லூரிக்கு இவரைக் காரியதரிசியாக நியமித்தார். திருமதி தேசிகன் அக்கல்லூரியில் கிட்டத்தட்ட 60,000 தேக்கு மரங்களை நட்டுச் சிறப்பித்தார். மேலும், சமூக சேவையில் ஈடுபட்டு ஆக்ராவில் ஒரு பள்ளியை நிறுவி கல்விக்கான சேவைகளைச் செய்தார். கணவனை இழந்த பெண்களுக்கு வேலைவாய்ப்புகளை அளித்தார்.

Dr. சுசிலா நய்யார், காந்தியுடன் நெருங்கி சமூக சேவையைச் செய்தவர். இவர் அகில இந்திய சுகாதார அமைச்சராகவும் மற்றும் வார்தாவில் மகாத்மா காந்தி இன்ஸ்டிடியூட்

மருத்துவமனையில் தலைமை பொறுப்பிலும் இருந்தார். 1973ல் வார்தாவில் அகில இந்தியத் தொழுநோய் மாநாட்டிற்கு நான் சென்றிருந்தபோது அவர் சிறப்புரை நிகழ்த்தினார். அப்போது தன்னுடைய நலப் பணிகளை விவரித்துக் கூறினார். அவர் மேடையிலிருந்து இறங்கி வரும்போது நான் அவரைப் பார்த்து, ‘ நீங்கள் சுதந்திர போராட்டத்தில் சிறப்பான சேவையைச் செய்திருக்கிறீர்கள். தாங்கள் இப்போது அதனுடைய நற்பயன் களை அனுபவித்துக் கொண்டிருக்கிறீர்கள்.’ என்றேன். நான் இவ்வாறு கூறியதைக் கேட்டு அவர் மிகவும் ஆச்சரியப்பட்டார். என்னுடன் சிறிது நேரம் பேசி விட்டு என்னை அவருடைய இல்லத்திற்கு மதிய உணவிற்கு வரும்படி அழைத்தார்.நானும் ‘சரி...’ என்றேன். அம்மாநாட்டில் மதியம் உணவுவேளை வந்தபோது அனைவரையும் சாப்பிட்டுவரும்படி கூறினார்கள். நான் என் நண்பர்களுடன் அம்மாநாட்டில் ஏற்பாடு செய்திருந்த உணவிற்கான பெரிய அறைக்குள் நுழைய முயன்றேன் அப்போது டாக்டர். சுசிலா நய்யார் அக்கதவின் முகப்பில் நின்று கொண்டு, ‘நீங்கள் மதிய உணவிற்காக என் வீட்டிற்கு வருவதாக கூறினீர்களே!’ என்று கேட்டார். நான் என்னுடைய தவறுக்கு மன்னிப்பு கேட்டு, மதிய உணவிற்காக அவருடைய காரில் அவர் வீட்டிற்குச் சென்றேன்.

அப்போது அவர் கார் பயணத்தின் போது, மகாத்மா காந்தியுடன் இருந்தபோது சமூக சேவையில் தன்னை முழுவதுமாக அப்பணித்துக்கொண்டது பற்றி கூறிக்கொண்டு வந்தார். நவகாளியில் இந்து, முஸ்லிம் போராட்டம் மிகவும் கடுமையாக இருந்தது. காந்தி அவ்விடத்திற்குச் சென்று சமாதானம் செய்ய முற்பட்டார். நவகாளிக்குச் செல்லும் பாதை கரடுமுரடான பாதை. அந்தப் பாதையில் காந்தியுடன் சுசிலா நய்யாரும் பயணம் மேற்கொண்டார். அப்போது அந்தப் பயணத்தில் பங்கேற்ற நபர் ஒருவர் காந்தியிடம், ‘நாங்கள் இவ்வாறு கஷ்டப்பட்டு சேவை செய்கிறோமே இதனால் எங்களுக்கு என்ன பயன்?’ என்று கேட்டார். காந்தி பதிலளிக்கையில், ‘இம்முயற்சியில் பங்கேற்பதின் மூலம் இறப்பு ஏற்பட்டால் அதுவே பெரிய வெற்றியாக இருக்கும்!’ என்றார். அவர்கள் அந்தப் பயணத்தின்போது ஒரு பெரிய வீட்டில் தங்கியிருந் தார்கள். சிறிது நேரத்தில் அக்கட்டிடத்தை மக்கள் சூழ்ந்து கொண்டு கற்களைக் கொண்டு கண்ணாடி ஜன்னல்கள் மேல் வீசி எறிந்து, ‘காந்தி முஸ்லிம் மக்களுக்கு சார்பாக செயல்படுகிறார்.’

என்று சொல்லி ஆர்ப்பாட்டம் செய்தனர். அப்போது காந்தி, ‘என்னுடைய மக்களின் வாயிலாக இறப்பைச் சந்திக்க நேரிடுமானால் மனப்பூர்வமாக ஏற்கிறேன்!’ என்று கூறி வெளியில் வந்து, கூடியிருந்த மக்களிடம் தன் பயணத்தின் முக்கிய நோக்கத்தை விளக்கிக் கூறினார். கோபத்துடன் வந்த மக்கள் காந்தியின் பேச்சைக்கேட்டு கண்ணீர் விட ஆரம்பித்தனர்.

டாக்டர். சுசிலா நய்யார் (இடப்பக்கத்திலிருந்து இரண்டாமவர்)
காந்தியுடன் நவகாளி யாத்திரையின்போது

டாக்டர். சுசிலா நய்யார் என்னிடம், ‘தன்னுடைய ஸ்தாபனத்திற்கு சில மருத்துவர்களை பணியில் அமர்த்த ஆட்கள் தேவை!’ என்றார். அவர்களிடம் கீழ்க்கண்ட தகுதிகள் இருக்க வேண்டுமென கேட்டுக்கொண்டார். அங்கு வேலை செய்ய விரும்புபவர்கள், ‘நேர்மை உள்ளவர்களாகவும், கதர்துணி அணிபவர்களாகவும், மது அருந்தாதவர்களாகவும், புகை பிடிக்காதவர்களாகவும், சைவ உணவு உண்பவர்களாகவும் இருக்க வேண்டும்!’ என்றும் கேட்டுக்கொண்டார். ‘இத்தகைய கோட்பாடு களுடன் வருபவர்கள் நேர்மையாகவும் ஆசாபாசங்களுக்கு அடிபணியாமல் உழைப்பவராகவும் இருப்பார்கள்!’ என்றும் கூறினார். ஆனால், இத்தகைய குணாதிசயங்கள் உள்ளவர்களை என்னால் அவ்வளவு சுலபமாகக் கண்டு பிடிக்க முடியவில்லை.

டாக்டர். மேரி வர்கீஸ் (Dr. in the wheel chair)

டாக்டர். மேரி வர்கீஸ் அங்கஹீனமுள்ளவர்களுக்கு புனர்வாழ்வு அளிப்பதில் சிறந்த நிபுணத்துவம் பெற்றவர் அவர் C.M.C. மருத்துவமனையில் பயிற்சி டாக்டராக இருந்தபோது சக மாணவர்களுடன் சுற்றுலா சென்றிருந்தார். அப்போது அவர்கள் சென்ற வாகனம் விபத்துக்குள்ளாகி அதனால் சிலருக்கு காயம் ஏற்பட்டது. டாக்டர். மேரி வர்கீஸ் அவர்களுக்கும் முதுகுத் தண்டு வடத்தில் அடிபட்டு இரண்டு கால்களும் செயலிழந்து விட்டது. அதனால் அவர்களால் நடக்க முடியாமல் போய் விட்டது. டாக்டர். பால் பராண்ட், அவரை வீல்சேரில் உட்கார்ந்த நிலையில் நோயாளிகளுக்கு அறுவை சிகிச்சை செய்வதற்கு கற்றுக் கொடுத்து அவரை நிபுணத்துவம் பெறச் செய்தார். உலகப் புகழ்வாய்ந்த தொரத்தி கிளார்க் வில்சன் என்பவர் டாக்டர் மேரி வர்கீஸ் பற்றி சிலவரிகள் எழுதும்படி என்னைக் கேட்டுக்கொண்டார்.

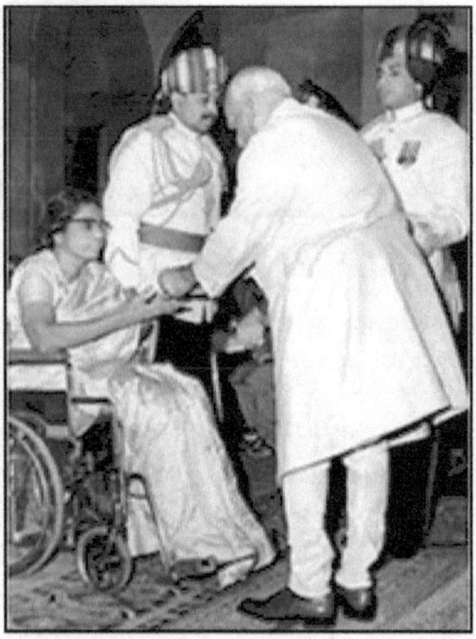

டாக்டர். மேரி வர்கீஸ் (Dr. in the wheel chair)

டாக்டர். மேரி வர்கீஸ் பற்றி அவர் எழுதிய புத்தகம் ஒன்றில் மேரி வர்கீஸ் பற்றியும் புனர்வாழ்வு பற்றியும் சிறப்பாக எழுதியிருந்தார். ‘இப்புத்தகம்எழுதுவதற்கான உதவிசெய்த

முக்கியமானவர்கள்' என்ற பகுதியில் என்னுடைய பெயரையும் சேர்த்து எழுதியிருந்தார். டாக்டர். மேரி வர்கீஸ் வேலூர் பாகாயத்தில் மறுவாழ்வு நிலையத்தை ஏற்படுத்தி உலகப் புகழ் பெற்றார். இவரை வீல்சேரில் அவர் தங்குமிடத்திற்கு சில சமயங்களில் அழைத்துச் செல்வேன்.

நாலு அவயங்களையும் இழந்த நபர்

முட்டிக்கு மேல் (Above knee) இரண்டு கால்கள், முழங்கை முட்டிக்கு மேல் இரண்டு அவயம் இழந்தவருக்கு செயற்கை உபகரணங்கள் பொருத்தி அவரை நடக்க வைக்கும் பணிகள் மேற்கொள்ளப்பட்டன. இதற்கு இயன்முறை மருத்துவர்கள் செயற்கை உறுப்புகள் செய்பவர்கள், தொழில் சார்ந்த நிபுணத்துவம் பெற்ற மருத்துவர்கள், சமூக சேவக ஆர்வலர்கள் ஆகியோர் ஒன்று சேர்ந்து நோயாளிக்கு செயற்கைக் காலைப் பொருத்தி நடக்கப் பயிற்சியளித்தோம். செயற்கை உபகரணம் பொருத்தப்பட்ட பிறகு அந்நோயாளி நடத்தல், பல் துலக்குதல், சாப்பிடுதல், தலை வாருதல் ஆகிய பணிகளை அவரே செய்யக் கற்றுக்கொண்டார்.

அங்கிருந்த இயன்முறை மருத்துவர், நோயாளிகளின்பால் மிகுந்த கருணை காட்டி அனைவரும் வியக்கும் வண்ணம் பயிற்சிகள் செய்வித்து காலத்தைப் பொருட்படுத்தாமல் கடினமாக வேலை செய்து கொண்டிருந்தார். 'நீங்கள் இவ்வளவு கடினமான வேலை செய்வதின் காரணம் என்ன?' என்று கேட்டேன். அவர், 'தொண்டு செய்வதின் மூலம் கடவுளுக்கு என் இளமைப் பருவத்தை அர்ப்பணிக்கிறேன்' என்றார்.

திரு பாபா ஆம்டே

திரு பாபா ஆம்டே என்பவர் ஒரு மிகச்சிறந்த சமூகசேவையாளர். அவர் ஏழை எளியவர்களுக்கும் அங்கஹீனமானவர்களுக்கும் தொண்டு செய்து உலகளாவிய புகழ் பெற்றவர். இவருடைய சேவையைப் பாராட்டி சர்வதேச 'மெகசேசே' விருது வழங்கப் பட்டது. இவர், "Charity destroys work builds' ('தானமளிப்பது கெடுதலை விளைவிக்கும். ஆனால் வேலை செய்வது ஆளை உயர்த்தும்') என்று அடிக்கடி சொல்லுவார். இவருடைய புனர்வாழ்வு நிலையத்தில் தொழுநோயினால் அங்கஹீனமுற்றவர்கள், போலி யோவினால் பாதிக்கப்பட்டவர்கள், போக்குவரத்து விபத்துக்

களினால் பாதிக்கப்பட்டவர்கள், பார்வையிழந்தவர்கள் போன்றவர்களுக்குத் தங்குமிடமளித்து அவர்கள் சொந்தமாகப் பொருளீட்டும் படியான தொழிலைக் கற்பித்து அவர்கள் சமூகத்தில் சுயமரியாதையுடன் வாழ வழி வகுத்தார்.

அங்கஹீனம் ஏற்பட்டவர்களுக்கு
புனர்வாழ்வு மறுமலர்ச்சி ஏற்படுத்திய தலைவர் பாபா ஆம்டே

டாக்டர். பால் பிராண்ட் இந்நிலையத்தின் சிறப்பான செயல் பாடுகளை அறிந்து, அந்த இடத்தில் C.M.C மருத்துவமனை ஆராய்ச்சிகள் மேற்கொள்ள வேண்டுமெனக் கேட்டுக் கொண்டார்.

இவ்வாராய்ச்சிக் குழுவில் டாக்டர். A.J. செல்வபாண்டியன், இயன்முறை மருத்துவர், சமூக சேவகர், கணக்கியல் நிபுணர், தொழில் சார்ந்த சிகிச்சையாளர்கள் ஆகியோர் இருந்தனர். நாங்கள் அனைவரும் அங்கஹீனமுள்ளவர்களை விரிவாக பரிசோதித்து குறிப்புகள் எடுப்போம். நோயாளிகள் விவசாயத்தில் ஈடுபடும்போது அவர்களுக்கு கைகள், கால்களில் ஏற்படும் இடர்ப்பாடுகள் குறித்து ஆராய்ச்சி செய்வோம். இந்நிலையத்தில் விவசாயம் தவிர துணி நெய்தல், கயிறு நெய்தல், மர வேலை செய்தல், வாழ்த்து அட்டைகள் தயார் செய்தல் போன்ற பல வேலைகள் நடைபெறும். நாங்கள் அங்கு சென்றபோது பாபா ஆம்டேவும் அவருடைய மனைவியும் எங்களை அன்புடன் வரவேற்றார்கள்.

இந்நோயாளிகளுக்கு நாங்கள் கை கால்களில் ஏற்படும் இடர்ப் பாடுகள், வலி தெரியாமலிருப்பது ஆகியன பற்றிக்

குறிப்பெடுத்துக் கொண்டோம். கைகளில் வலி தெரியாமலிருந்தால் எரியும் நெருப்பில் கை வைத்தால்கூட சூடு உணர முடியாது. இவ்வாறே கால்களுக்கும் வலி உணர்வு இல்லாததால் வெறும் கால்களுடன் நடக்கும்போது கூர்மையான கண்ணாடித் துண்டுகள், கற்கள் போன்றவை உள்ளே நுழைந்து புண்களை ஏற்படுத்தும்.

சில பெண் நோயாளிகள் தங்கள் கைகளிலும் கழுத்திலும் தங்க நகைகளை அணிந்திருந்தார்கள். இந்த அளவுக்கு பொருளாதாரம் எப்படி ஏற்பட்டது என்று கேட்டபோது அவர்கள், 'விவசாயத்தில் கடினமாக உழைத்து அதன் மூலமாக சம்பாதித்துப் பணம் சேமித்து இந்த நகைகளை வாங்க முடிந்தது.' என்று கூறினார்கள். மிகப் பெரிய அறை முழுவதும் துவரம் பருப்பு சேமிப்புக் கிடங்குகளைப் பார்த்தேன். அவ்வாறே கோதுமை, சேமிப்புக் கிடங்குகளையும் பார்த்தேன். இவைகளெல்லாம் இந்நோயாளிகளின் உழைப்பினால் ஏற்பட்ட பலன்கள். இதற்காக அவர்கள் ஊதியமும் பெறுகிறார்கள். சேமிக்கப்பட்ட தானியங்களை வியாபாரிகள் வந்து வாங்கிச் செல்கிறார்கள். ஒரு தொழுநோயாளி இருகைகளும் மடங்கி கால்களும் துவண்டு நடந்து வந்தார். அவர் கையில் ஒரு தடியையும் ஒரு தகர டப்பாவையும் வைத்திருந்தார். 'இது எதற்கு?' என்று கேட்டதற்கு, 'நான் கோதுமை விளையும் நிலத்திற்குச் செல்லும்போது இந்தத் தடியையும் இத்தகர டப்பாவையும் எடுத்துச் செல்வேன். நிலத்தில் தானியங்களை சாப்பிடுவதற்காக பறவைகள் வந்து சேதப்படுத்தும். எனவே இந்தத் தகர டப்பாவை தடியினால் அடித்து ஓசை எழுப்பி பறவைகளை விரட்டுவேன். இதுதான் என் வேலை!' என்றார். 'உடல் மிகவும் சுகவீனமாக இருந்தாலொழிய இங்கு எல்லோரும் வேலை செய்தே ஆக வேண்டும்.' என்றார். அவரவர் தகுதிக்கு ஏற்ப வேலைகள் பகிர்ந்தளிக்கப்படும். உதாரணமாக ஒருவருக்கு கைவிரல்களே இல்லாமலிருந்தால் பாதிக்கப்பட்ட அக்கையில் ஒரு துடைப்பத்தைக் கட்டிப் பெருக்கி சுத்தம் செய்வார்கள். அவர்கள் யாதொரு சிரமமுமில்லாமல் சுலபமாக பெரிய இடத்தையும் சாதாரணமாக பெருக்கி விடுவார்கள். சில கண் தெரியாத பிள்ளைகள் மரத்தில் ஏறி விளையாடுவதைப் பார்த்தேன். இவர்களிடம் காய்ந்து போன மக்காச் சோளம் கொடுக்கப்படும். அதிலிருந்து அவர்களை விதைகளைப் பிரித்து எடுக்கச் சொல்வார்கள்.

ஒரு சமயம், ஜீப்புகள் ஒன்றன்பின் ஒன்றாக வந்தவண்ணம் இருந்தன. 'இத்தனை வண்டிகள் வரக் காரணம் என்ன?' என்று ஒரு தொழிலாளியைக் கேட்டேன். அதற்கு அவர், 'ஒரு மந்திரி, திரு.பாபா ஆம்டே அவர்களை புனர்வாழ்வு சம்பந்தப்பட்ட செய்திகள் விஷயமாக சந்தித்துப் பேச வருவதாகக் கூறினார். பொதுவாக பாபா ஆம்டே தானாக மந்திரிகளைப் போய் பார்ப்பதில்லை. 'மந்திரிகள் வேண்டுமானால் நேரில் வந்து பேசி விட்டுச் செல்லட்டும்' என்பார்.

பாபா ஆம்டே, சோம்நாத் என்ற காட்டுப் பகுதியில் ஆதிவாசி களுக்கு புனர்வாழ்வு அமைப்பை ஏற்படுத்தி செயல்படுத்தி வந்தார். சோம்நாத் காட்டிற்கு நாங்கள் அவருடன் சென்றோம். நாங்கள் அங்குள்ள ஒரு கட்டிடத்தில் தங்கினோம். அக்காட்டில் பெரிய தேக்கு மரங்கள் வளர்ந்திருப்பதைக் கண்டோம். 'இரவு நேரங்களில் புலிகள் இவ்விடங்களில் நடமாடும்' என்று கூறினார். ஆகவே நாங்கள் யாவரும் கதவை நன்றாகத் தாளிட்டு பாதுகாப்பாக படுத்துக் கொண்டோம். அங்கு அனைவருமே உழைப்பாளிகளாக இருந்து, யாருடைய உதவியையும் கோராமல், தன்மானத்தை இழக்காமல் தொழில் செய்வதைக் கண்டு மிக்க மகிழ்ச்சியடைந்தோம்.

சில மாதங்கள் கழித்து நாங்கள் அமெரிக்காவிற்கு ஆராய்ச்சி அறிக்கையை அனுப்ப வேண்டியிருந்தது. டாக்டர். செல்வ பாண்டியன் அவர்கள் 'நாங்கள் நோயாளிகளைப் பார்த்து, அவர் களுடைய செயல்பாடுகளை அறிந்து அறிக்கை அனுப்ப வேண்டியிருப்பதால் மீண்டும் நாங்கள் அவ்விடம் வர இருக்கிறோம். இதற்கு தங்கள் அனுமதி தேவை.' என்று பாபா ஆம்டேக்கு கடிதம் எழுதினார். ஆனால், பாபா ஆம்டே, 'ஏற்கெனவே இளைஞர்கள் பங்கேற்கும் நிகழ்ச்சி இங்கு இருப்பதால் உங்கள் குழுவின் வருகை இப்போது வேண்டாம். பிறகு பார்த்துக் கொள்ளலாம்' என்று எழுதிவிட்டார். ஆனால் அறிக்கையை அமெரிக்காவிற்கு அவசரமாக அனுப்ப வேண்டியக் காரணத்தால் டாக்டர். செல்வபாண்டியன் அவர்கள் என்னை அழைத்து, 'பாபா ஆம்டேவை நேரில் பார்த்துப் பேசி சம்மதம் பெற்றுவரும்படி' என்னை அனுப்பினார். மறுநாள் தொடர்வண்டியில் புறப்பட்டு பாபா ஆம்டேவை நேரில் சந்தித்து, 'நாங்கள் அவசரமாக அமெரிக்காவுக்கு ஆய்வறிக்கை அனுப்ப வேண்டியிருப்பதால் எங்களுக்கு வேண்டிய உதவி செய்யுமாறு'

கேட்டேன். அவர், 'நான் ஏற்கெனவே முடியாது என்று எழுதி விட்டேனே! அப்படியே நீங்கள் வந்தாலும் உங்களை எங்கே தங்க வைப்பது?' என்று கேட்டார். அதற்கு நான், 'நாங்கள் திறந்த வெளியில் படுக்கையைப் போட்டு வானத்தில் உள்ள நட்சத்திரங் களைப் பார்த்து ஆண்டவனை நினைப்போம்!' என்று கூறினேன். அவர் நான் கூறியதைக் கேட்டு, 'அப்படியானால் நீங்கள் வரலாம்!' என்று அனுமதியளித்தார். அவ்வாறே நாங்கள் எங்கள் குழுவுடன் தொடர்வண்டியில் பயணம் செய்து அவரைச் சந்தித்தோம். அப்போது எங்கள் குழுவில் வெள்ளைக்கார மாது ஒருவரும் உடன் வந்திருந்தார்கள். அப்போது அவர் என்னைப் பார்த்து, 'இவர்களுக் கெல்லாம் நான் எப்படி தங்குவதற்கு ஏற்பாடு செய்ய முடியும்?' என்று கேட்டார். இதற்கு நான் ஒன்றும் பேசாமல் மௌனமாக இருந்தேன். கடைசியில் ஒருவழியாக தங்குவதற்கு இடமளித்து, நாங்கள் எங்கள் வேலைகளைச் செய்ய ஆவன செய்து கொடுத்தார். அச்சமயத்தில் வெயிலின் கடுமை 117°F ஆக இருந்தது. எங்கள் வேலைகள் யாவையும் முடித்து அமெரிக்காவிற்கு அறிக்கையை அனுப்பி வைத்தோம்.

வினோபாபாவே

வினோபாபாவே காந்தியின் நெருங்கிய சகாக்களில் ஒருவராக இந்திய தேச விடுதலைப் போராட்டத்தில் முக்கிய பங்காற்றி தேச விடுதலைக்காக அயராது பாடுபட்டு எந்தவிதமான புகழையும் விரும்பாமல் மக்களுக்காக சேவை செய்தவர். இவர் பூமி தான இயக்கத் தலைவராக இருந்து கால்நடையாக கன்னியாகுமரியிலிருந்து காஷ்மீர்வரை பயணித்து பெரிய நிலச்சுவான்தார்களைப் பார்த்து அவர்களிடமிருந்து மிகுதி நிலங்களைப் பெற்று ஏழைகளுக்கு பகிர்ந்தளித்தப் பெருமை கொண்டவர். 1958ல் திரு. வினோபாபாவேவின் சேவையைப் பாராட்டி சர்வதேச 'மெகசேசே விருது' வழங்கப்பட்டது. வினோபாபாவே இறந்த பிறகு 1983-ல் அவருக்கு 'பாரத ரத்னா' விருதும் வழங்கப்பட்டது.

வினோபாபாவே வார்தாவுக்கு அருகில் உள்ள பவுனார் ஆசிரமத்தில் தங்கி தொண்டுகள் செய்து வந்தார். மகாத்மா காந்தி வார்தாவில் உள்ள 'மகாரோகி சேவா சமிதி' என்ற தொழுநோய் ஸ்தாபனத்தில் ஈடுபாடு கொண்டார். அவ்வாறே வினோபாபா வேயையும் அந்த ஸ்தாபனத்தின் தொண்டில் ஈடுபட வைத்தார்.

நான் என்னுடைய விடுமுறை நாட்களில் அந்த மருத்துவமனைக்குச் சென்று சிலநாட்கள் தங்கி நோயாளிகளுக்குக் கால் புண்களுக்கு மாவுக்கட்டு போடுதல், M.C.R. காலணிகள் வழங்குதல் போன்ற காரியங்களில் ஈடுபட்டேன். அங்குள்ள டாக்டர் சர்மா என்னை மிகவும் பாராட்டி அவர் என்னை வினோபாபாவேயிடம் அழைத்துச் சென்றார். நான் வினோபாபாவேவைப் பார்த்த போது அவர்களுடைய தொழுநோய் மருத்துவமனையில் வேலை செய்தமைக்கு மகிழ்ச்சியைத் தெரிவித்தார்.

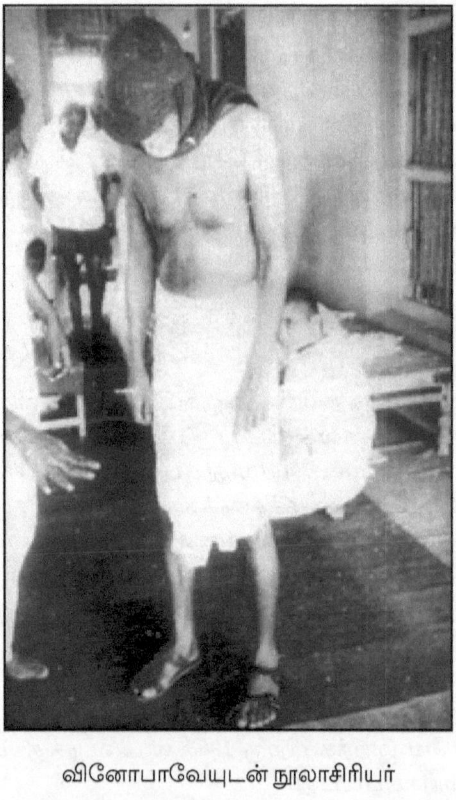

வினோபாவேயுடன் நூலாசிரியர்

'பூமி தானம் செய்யப் பாடுபடும் தாங்கள் தொழுநோய் நிவாரண பணிக்கும் தங்கள் கவனத்தை இன்னும் அதிகம் தர வேண்டும்.' என கேட்டுக் கொண்டேன். அவர் எழுதிய பகவத் கீதை புத்தகத்தில் தமிழில் கையொப்பமிட்டு எனக்கு அளித்தார். மறுபடியும் இரண்டு வருடங்கள் கழித்து அவரைக் கண்டு

வணக்கம் செலுத்தினேன். பகவத் கீதையானது வேதங்களையும் உபநிடதங்களையும் கொண்டுள்ள தொகுப்பு. இத்தொகுப்பானது எல்லா காலத்திற்கும் எல்லா மக்களுக்கும் ஏற்றமுள்ளதாக இருக்கிறது. மகாத்மா காந்தி மிகவும் சிரமமான சூழ்நிலையிலும் அவர் கீதையின் வாயிலாக தீர்வுகள் காண்பார். பகவத் கீதையானது பெரிய ஞானிகளுக்கும் உகந்ததாக இருந்தது.

எனது குடும்பம் - மனைவி - குழந்தைகள்

என்னுடைய திருமணம் 1963 ம் ஆண்டு ஜூலை மாதம் 15 ந்தேதி நடைபெற்றது. திருமணத்திற்கு முன்பு பெண் வீட்டாரிடம் சில கோரிக்கைகளை வைத்தேன். 'திருமணத்திற்காக எந்தவிதமான பொருளாதாரமும், வரதட்சணையும் பெறமாட்டேன். இத் திருமணம் ஒரு கோயிலில் அதிக செலவில்லாமல் நடைபெற வேண்டும். மனைவியாக வர இருக்கும் பெண் எட்டாம் வகுப்பு படித்திருக்கும் கல்வியுடன் நின்று விடாமல் மேற்கொண்டு படிக்க வேண்டும்.' என்றேன். அவர்களும் அவ்வாறே ஒப்புக் கொண்டனர். திருமண நாளுக்கு முதல்நாள் அக்கோயிலைச் சுற்றியுள்ள குப்பைகள், அசுத்தங்களை நான் அங்கிருந்த துடைப்பத்தை எடுத்து சுத்தம் செய்தேன். திருமண நாள் அன்று என் உறவினர்கள் நண்பர்கள் வந்திருந்து திருமணத்தை நடத்தி வைத்தனர்.

சில மாதங்கள் கழித்து குடும்பத்துடன் சுற்றுலா சென்றேன். அங்கு நான் நீச்சல்குளத்தில் இறங்கிக் குளித்தேன். குளித்துக் கொண்டே உற்சாகப் பெருக்கில் ஆழமான இடத்துக்குச் சென்று விட்டேன். அந்த ஆழமான இடத்தில் குதித்து வெளியே வர முடியாமல் தத்தளித்த நான் கைகளை உயர்த்திக் காட்டினேன். அங்கு குழுமி இருந்தவர்கள், 'நான் ஏதோ விளையாடுகிறேன்' என்று நினைத்து விட்டார்கள். பின் அக்கூட்டத்திலிருந்த ஒருவர், 'நான் நீச்சல் தெரியாமல் தவிக்கிறேன்' என்று உணர்ந்து, அவர் குளத்தில் குதித்து எனது முடியைப் பிடித்து இழுத்து என்னை வெளிக் கொணர்ந்தார். ஆசுவாசுத்துடன் எழுந்த நான், அப்போது, 'கடவுள் நான் இன்னும் உயிரோடு இருக்க வேண்டும் என்று எண்ணுகிறார் போலும்' என்று நினைத்துக் கொண்டேன். என் மனைவி இந்நிகழ்ச்சியைப் பார்த்து மிகவும் பயந்து போனார்கள்.

அப்போது எனக்கு மாத சம்பளம் நூறு ரூபாய். இப்பணத்தில் ரூபாய் 25ஐ என் மனைவியின் படிப்புக்கும் மீதி 75 ரூபாய் குடும்ப செலவுக்கும் என்று சிக்கனத்தை மேற்கொண்டேன். என் மனைவி பத்தாம் வகுப்பு SSLC தேர்வு எழுத வரும்போது முழு கர்ப்பிணியாக இருந்ததனால் தேர்வு எழுத அச்சப்பட்டார்கள். நான் C.M.C மருத்துவமனைக்கு அவர்களை அழைத்துச் சென்று காண்பித்ததில், 'அவர்கள் பிரசவத்திற்கு இன்னும் இரண்டு வாரமாகும். நீங்கள் தைரியமாக தேர்வு எழுதலாம்.' என்றார்கள். என் மனைவியும் தேர்வுகளை எழுதி சிறப்பான மதிப்பெண்கள் பெற்றார்கள். எங்களுக்கு ஒரு பெண் குழந்தை பிறந்தது. குழந்தைக்கு வாசுகி என்று பெயர் வைத்தோம். என் மனைவி மேற்கொண்டு படிக்க விரும்பினார். குழந்தைக்கு ஒரு வயதான போது ஆசிரியர் பயிற்சிக்குச் சேர 2 வருட படிப்பு வாய்ப்பு வாலாஜாவில் கிடைத்தது. வாலாஜா வேலூரிலிருந்து 40 கிலோ மீட்டர் தொலைவு. ஆசிரியர் பயிற்சியின் போது விடுதியில் தங்கிப் படிக்க வேண்டும் என்றார்கள். என்னுடைய சகோதரி காந்தா அவர்கள் எங்கள் குழந்தை வாசுகியை தாம் வளர்ப்பதாக உறுதி கூறினார்கள்.

என் மனைவி பயிற்சிப் பள்ளியில் சேர்ந்து மாதத்திற்கு ஒரு முறை வேலூர் வந்து செல்வார்கள். பயிற்சி முடிந்த பிறகு Secondary grade Teacher வேலை வேலூரில் கிடைத்தது. அவர்கள் தொலைதூரக் கல்வி பயிற்சியில் சேர்ந்து M.A. B.Ed. முடித்தார்கள். என் மனைவியின் ஆர்வத்தைக் குறைக்க எண்ணமில்லாமல் இருந்தாலும் Ph.d., படித்தால் ஊர் ஊராகச் சென்று வேலை செய்ய நேரிடும்' என்று எடுத்துக் கூறினேன். எந்தவிதத் தடங்களில்லாமல் ஒப்புக்கொண்டார்கள். 1968ல் இரண்டாவது பெண் குழந்தை பிறந்தது. அவருக்கு கலைவாணி என்று பெயர் சூட்டினோம். நான் மருத்துவமனையில் மும்முரமாக வேலையில் ஈடுபட்டிருந்ததால் காலம் தாழ்த்தியே வீட்டிற்கு வருவேன்.

அந்நாட்களில் CMCயில் குறைவான சம்பளமே கிடைத்தது. என் மனைவியும் ஆசிரியர் பணி செய்திருந்ததால் குடும்பத்தை ஓரளவு சிக்கனமாக நடத்தி வந்தோம். என்னுடைய தாயார் மனநிலை பாதிக்கப்பட்டு இருந்தாலும் அவரால் பிறருக்கு தொல்லை ஏதும் ஏற்படவில்லை. சில சமயங்களில் தானாகவே பேசிக் கொண்டிருப்பார்கள். நான் என் தாயாரின் துணிகளைத் துவைத்தும் அவருக்குத் தேவையானவைகளை செய்து கொடுத்தும் அனுசரணையாக இருந்தேன். நான் எனது

குழந்தைகளைத் தூக்கி விளையாட மாட்டேன். தொழுநோய் ஏதேனும் வந்து விடுமோ என்கிற பயத்தில் சற்று தூரத்திலிருந்தே அவர்கள் விளையாடுவதைப் பார்த்து மகிழ்வேன்.

என்னுடைய மூத்த சகோதரி பாப்பி, என்னுடைய இளைய சகோதரி காந்தா இருவரும் எங்கள் வீட்டினருகிலேயே வசித்தார்கள். என் மனைவி ஆசிரியர் வேலையிலிருப்பதால் எங்கள் இரு குழந்தைகளையும் அவர்கள்தான் நன்றாகப் பார்த்துக் கொண்டார்கள். என் இளைய சகோதரிக்கு அவளுடைய கணவர் திரு. அருணாசலம் அவர்களும் துணையாக குழந்தை களைப் பார்த்துக்கொள்ள ஆவன செய்தார்கள். வீட்டில் நாங்கள் நால்வருமே காலையிலே வெளியே போக வேண்டியிருப்பதால் காலையிலேயே சமையல் முடிக்க வேண்டும். பிள்ளைகளுக்கு பள்ளிக்கூடம், எனக்கு மருத்துவமனை என இருப்பதால் சமையல்செய்து எல்லோருக்கும் சாப்பாடு கட்டிக் கொடுக்க வேண்டும். சிலசமயங்களில் இதனால் வீட்டில் பதற்றம் ஏற்படும். ஆகையால் நானும் காலையில் காய்கறிகள் நறுக்கி சமையலுக்கு சற்று துணையாக இருந்ததால் சுமூகமான சூழ்நிலை ஏற்பட்டது.

என்னுடைய மூத்த சகோதரி பாப்பி அக்கா வீட்டில் என் காரியால யத்தில் வேலை முடித்த பிறகு அவர்களுடைய பிள்ளைகளின் படிப்பைக் கண்காணிப்பேன். என் மூத்த சகோதரியின் பிள்ளைகள் ஸ்ரீதர், உமாசங்கர், உஷாதேவி, கீதா லட்சுமி, சேகர் ஆகியோர் நான் அவர்கள் வீட்டிற்குச் செல்லும்போது புத்தகமும் கையுமாக இருப்பார்கள். இரவு எட்டு மணிக்குப் பிறகுதான் உணவு உண்ணச் செல்வார்கள்.

நான் இயன்முறை மருத்துவம் படிக்கும் மாணவர்களை வேலூருக்கு அருகிலிருக்கும் அம்மிர்தி காட்டிற்கும் திருவண்ணாமலைக்கு அருகிலிருக்கும் சாத்தனூர் அணைக்கும் அழைத்து செல்வது வழக்கம்.

பயணத்தில் என் குழந்தைகளும் என் உறவினர் குழந்தைகளும் உடன் கலந்து கொள்வார்கள். அம்மிர்தி காட்டில் உள்ள சிறிய ஓடைகளையும், விலங்குகள் காப்பகங்களையும் பார்த்து மகிழ்வடைவார்கள். என்னுடைய மூத்த சகோதரி எலுமிச்சம் சாதம், தயிர்சாதம், ஊறுகாய், உருளைக்கிழங்கு சிப்ஸ் எல்லாம் எடுத்து வந்து பரிமாறுவார்கள்.என் மற்றொரு சகோதரி பார்வதி என் மனைவிக்கு இரு கால்களில் அறுவை சிகிச்சை (Total Knee

Replacement) நடைபெற்றபோது ஒரு மாதம் உடனிருந்து எல்லா வேலைகளையும் செய்தார்கள்.

சென்னையில் நாங்கள் எங்கள் உறவினர் வீட்டிற்குச் செல்லும் போது பைகளை ரயில்வே நிலையத்தில் உள்ள அறையில் வைத்துவிட்டு அங்கு அருகிலுள்ள வனவிலங்கு காப்பகத்திற்குச் சென்று விலங்குகளைக் கண்டு மகிழ்வோம். கடற்கரைக்கும் கோயில்களுக்கும் செல்வோம்.

என்னுடைய தந்தையார் வள்ளலார் போதனையின்படி அசைவ உணவுகளைத் தவிர்த்து சைவ உணவை பழக்கியதால் நாங்கள் அனைவரும் சைவ உணவையே உண்போம். என் தாயார் இறந்தபோது வள்ளலார் வாக்கிற்கிணங்க ‘கண்மூடி பழக்க மெல்லாம் மண்மூடிப் போக’ என்ற அடிப்படையில் யாரும் இரைச்சல் போட்டு அழ வேண்டாம் என்று கூறினேன். டேப் ரிக்கார்டரில் பக்தி பாடல்கள் போட்டேன். சவம் எடுக்கும்போது எந்தவித ஆர்ப்பாட்டமுமில்லாமல் மேளம் அடிப்பது, டான்ஸ் ஆடுவது ஆகியன தவிர்க்கப்பட்டது. மௌன ஊர்வலம் சென்று சுடுகாட்டில் புதைத்துவிட்டு வந்தோம். **15**ம் நாள் காரியம். ஆன்மிகச் சொற்பொழிவாளரை வைத்து நன்னெறி சொற் பொழிவுக்கு ஏற்பாடு செய்தேன். எந்தவிதச் சடங்குகளும் செய்யப்படவில்லை. மதிய உணவு உண்ட பிறகு எல்லோரும் கலைந்து சென்றோம்.

Dr. C.K. ஜோப்

Dr. C.K. ஜோப் சிறப்பான மருத்துவ ஆராய்ச்சியாளர் மட்டு மல்லாமல் கிறித்துவ மருத்துவக் கல்லூரியின் முதல்வராகவும் பணியாற்றினார். அவர் என்பால் அன்புகொண்டு நலம் விசாரிப்பார். ஒருநாள் அவரை என் வீட்டிற்கு இரவு உணவுக்காக அழைத்திருந்தேன். அவரும் அவ்வாறே வந்து எங்களைக் கௌரவித்தார். அவர் என்னுடைய பிள்ளைகளின் நலனையும் விசாரித்தார். அவர்கள் படிப்பதற்கான முயற்சிகள் என்ன செய்ய போகிறீர் என்று கேட்டார். நான், ‘ஏதோ ஒரு பட்டப்படிப்பு படிக்க வைத்து திருமணம் செய்ய எண்ணியிருக்கிறேன்.’ என்றேன். அவர் இப்பிள்ளைகளின் நல்ல மதிப்பெண்களைப்பார்த்து மகிழ்ச்சி யடைந்து, ‘இத்தகைய நல்ல மதிப்பெண்கள் பெற்றிருக்கும் இவர்களை மருத்துவத்திற்கு படிக்க வைக்க வேண்டும்.’ என்று கூறினார். ஆனால், எனது பொருளாதார நிலையைப் பற்றிக் கூறி,

‘அதிகம் படிக்கவைத்தால் பின்னாளில் திருமண செலவுகளும் அதிகம் செய்ய நேரிடும்.’ என்று அவரிடம் எடுத்துக் கூறினேன். அவர், ‘முதலில் இவர்களை நன்கு படிக்க வை. மற்றவை யாவும் நல்லபடியாகவே நடக்கும்.’ என்று கூறினார். அவர் கொடுத்த உற்சாகத்தின்படி அவர்கள் நன்கு படிப்பதற்கான எல்லாவிதமான உதவிகளையும் செய்தேன். ஒரு மகளை எஞ்சினியராகவும் ஒரு மகளை டாக்டராகவும் படிக்க வைத்தேன்.

என்னுடைய மூத்த மகள் வாசுகி வழக்கமாகவே நல்ல மதிப் பெண்கள் பெறுவாள். அந்நாட்களில் எங்கள் குடும்பங்களில் பெண்களுக்கு கல்விக்கு முக்கியத்துவம் கொடுத்து அதிகம் படிக்க வைப்பதில்லை. இருந்தாலும் நான் மாறுபட்ட கருத்தினைக் கொண்டு தகுதியின் அடிப்படையில் மூத்த மகளை கிண்டி எஞ்சினியரிங் கல்லூரியில் சேர்த்தேன். VIT எனப் புகழ் பெற்றது ‘வேலூர் இன்ஸ்டிடியூட் ஆஃப் டெக்னாலஜி’ பொறியியல் கல்லூரி. இக்கல்லூரியை உலகத் தரம் வாய்ந்த கல்லூரியாக இதனுடைய சேர்மன் திரு விஸ்வநாதன் அவர்கள் மாற்றினார். உள்நாட்டில் பல மாநிலங்களிலிருந்தும், வெளி நாட்டிலிருந்து பல மாணவர்களும் இங்கு வந்து படிக்கிறார்கள். என்னுடைய மகள் படித்து முடித்த பிறகு வேலூர் (VIT) எஞ்சினியரிங் கல்லூரியில் ஆசிரியராக ஒரு வருடம் வேலை செய்தார். பிறகு மத்திய அரசாங்கத்தின் கீழ் இயங்கும் நெய்வேலி பழுப்பு நிலக்கரி நிறுவனத்தில் வேலைவாய்ப்பு கிடைக்கவே அங்கு அத்துறையில் கடினமாக உழைத்து படிப்படியாக முன்னேறி தற்போது தலைமை மேலாளராகப் பணிபுரிகிறார்.

அங்கு வேலை செய்யும் பொறியாளர் திரு முரளிபாபு அவர் களுக்கு என் மகளை திருமணம் செய்வித்தோம். அவர் தற்போது பெரிய ராட்சத எந்திரங்களை இயக்கவும் பழுது பார்க்கும் நிபுணத்துவம் பெற்றவராகவும், தலைமைப் பொறுப்பினை வகிக்கிறார். ஒரு ஊழலற்ற அதிகாரியாகவும் பணிபுரிந்து அந்த ஸ்தாபனத்திற்கு இரவு பகல் பாராமல் உழைத்து வருகிறார். அவர்களுடைய ஒரே மகள் M.V.பிருந்தா, பொறியாளர் படிப்பு படித்து அதில் தங்கப்பதக்கமும் பெற்று சிறப்பித்தார். தற்போது மேற்படிப்பு I.A.S படித்து வருகிறார்.

எனது இரண்டாவது மகள் கலைவாணி 10ம் வகுப்பில் படிக்கும் போது ஒரு பாடத்தில் முதல் மதிப்பெண் பெற்றார். ஒரு பாடத்தில்

நல்ல மதிப்பெண் பெறும்போது மற்ற பாடங்களிலும் ஏன் நல்ல மதிப்பெண்கள் பெற முடியாது என்று என் மனதில் தோன்றியது. ஆகவே, மாலை வேளைகளில் படிக்குமாறு பயிற்சிகளை ஏற்படுத்திக் கொடுத்தேன். மேலும், எங்கள் வீட்டின் கதவில் தேர்வுகள் நடப்பதால், "visitors are not allowed' என்று எழுதி வைத்தேன். இதனால் எங்கள் உறவினர் சிலர் என்னிடம் வந்து சண்டை போட்டார்கள். ஆனால், இதனை நான் பொருட்படுத்த வில்லை. இம்முயற்சி நல்ல பலனையளித்தது. +2 வகுப்பில் நல்ல மதிப்பெண்கள் பெற்று தகுதி அடிப்படையில் அரசாங்க மருத்துவக் கல்லூரியில் MBBS படிப்பதற்கான வாய்ப்பு கிடைத்தது. MBBSல் தேர்ச்சி பெற்ற பிறகு வேலூர் கிறித்துவ மருத்துவமனையில் மகப்பேறு மருத்துவ மேற்படிப்பு படிப்பதற்கான வாய்ப்பினை பெற்று தங்கப்பதக்கம் (Gold Medal) பெற்றார்.

எங்கள் குடும்பங்களில் பெற்றோர்களே பிள்ளை பார்த்து திருமணம் செய்வார்கள். ஒரு பிள்ளை வீட்டார் என் மகளின் திருமண விஷயமாக பேசும்போது, 'உங்கள் வீட்டில் எங்கள் கார் வைக்கக்கூட வசதியில்லையே!' என்று கூறினார்கள். இதனைக் கேட்ட பிறகு, 'இந்த இடம் சரிப்படாது' என்று அனுப்பி விட்டேன். இரண்டாவது மாப்பிள்ளை வீட்டார் வரும்போது அவர்கள், 'தங்கள் பிள்ளை டாக்டருக்கான மேற்படிப்பை இங்கிலாந்தில் படித்துக் கொண்டிருக்கிறார்!' என்றும், 'ஆகவே நீங்கள் உங்கள் மகளின் படிப்பை நிறுத்திவிட்டு உடனடியாக திருமணத்திற்கான ஏற்பாடுகளைச் செய்யுங்கள் என்று கேட்டுக் கொண்டார்கள். இதற்கு பதிலளிக்கையில், 'உங்கள் பிள்ளையின் படிப்பை நிறுத்திவிட்டு திருமணம் செய்விக்கலாம். ஆனால், என் மகளின் படிப்பை நிறுத்த முடியாது!' என்று கூறி அனுப்பி விட்டேன்.

மூன்றாவதாக மாப்பிள்ளை வீட்டார் வந்தபோது அவர்கள் ஊருக்குச் சென்று அந்த மாப்பிள்ளையைப் பற்றி விசாரித்தேன். அந்த மாப்பிள்ளைக்கு குடிப் பழக்கம் உள்ளதென்று அறிந்து அந்த இடமும் சரிப்படாது என்று தவிர்த்துவிட்டேன். நான்காவது மாப்பிள்ளை வீட்டார் வந்தபோது மாப்பிள்ளை டாக்டர். குலோத்துங்க சோழன், என்னுடைய மகளின் படிப்பில் எந்தவித இடையூறும் இல்லாமல் பார்த்துக் கொள்வதாகவும் திருமணத்தை நடத்தி வைக்குமாறும் கேட்டுக்கொண்டார். அவ்வாறே திருமணமும் செய்வித்தோம்.

இப்போது அவர்களிருவரும் செங்கம் என்ற ஊரில் தனியாக ஒரு மருத்துவமனை ஏற்படுத்தி அம்மருத்துவமனையிலேயே அறுவை சிகிச்சை, பிரசவத்திற்கான அறைகள் மற்றும் ஸ்கேன் எடுத்துப் பார்த்தல், மருந்தகம், ரத்தப் பரிசோதனை நிலையம் ஆகியவைகளை ஏற்படுத்தி அவ்வூரிலுள்ள மக்களுக்கும் அவ்வூரைச் சுற்றியுள்ள கிராமத்து மக்களுக்கும் பணியாற்றி வருகிறார்கள். டாக்டர். சோழன் அங்கு விவேகானந்தா பள்ளியின் இயக்குநராகவும் இருந்து பள்ளியின் முன்னேற்றத் திற்காக மிகுந்த பாடுபட்டு வருகிறார்கள். அவர்களுக்கு இரண்டு குழந்தைகள். இருவரும் மகிழ்ச்சியுடன் படித்து வருகிறார்கள். அவர்களுடைய மகள் மு. இலக்கியா மருத்துவக் கல்லூரியில் சேர்ந்து M.B.B.S. படித்து வருகிறார்.

என் பெரியப்பாவின் பிள்ளை திரு கதிர் காமன் உளவியல் பயிற்சியாளர். படித்து CMC மருத்துவமனையில் சிறிது காலமும் பிறகு தஞ்சாவூர் அரசாங்க மருத்துவமனையிலும் பணியாற்றினார்.

இவ்வாறே சித்தப்பா மகன் டாக்டர். ஜெகன்நாதனும் சென்னை அரசாங்க மருத்துவமனையில் தலைமைப் பதவியில் நேர்மையுடன் சிறப்பாக சேவை செய்தார்கள். மற்றொரு சித்தப்பா மகளான டாக்டர். மனோன்மணியும் மருத்துவ மனையில் சிறப்பாக சேவை புரிந்தார்கள். அவ்வப்போது வானொலியில் உரையாற்றுவார்கள். திருமதி வனஜா, திரு முருகேசன், திரு தட்சிணாமூர்த்தி, திரு சரவணன் ஆகியோர் என்னுடைய சித்தப்பா மக்கள்.

திரு சந்திரசேகரன் என்னுடைய நெருங்கிய உறவினர். சமூக சேவையில் சிறப்பாகப் பணியாற்றி வருகிறார். ஆதரவற்று அனாதையாக யாராவது இறந்து போனால் நடுநிசி என்றும் பாராமல் அவருடைய கண்களைத் தானமாகப் பெற்று கண் தெரியாதவர்களுக்கு பொருத்த ஆவன செய்வார். இறந்தவர்கள் உடலை மருத்துவக் கல்லூரிக்கு அளித்து மருத்துவ மாணவர்கள் படிப்பதற்கான ஏற்றங்களைச் செய்ய உதவுவார். என் தங்கையின் கணவர் அவர் ஒப்புதலின்படி தன் உடலை வேலூர் கிறித்துவ மருத்துவமனைக்கு தானமாக அளிக்க ஏற்பாடு செய்தார். அவ்வாறே என் தங்கையின் இறப்பிற்குப் பிறகு கண்களைத் தானமாக வழங்கி பார்வையிழந்தவர்கள் பார்வை பெற வழிவகை செய்தார்.

மேலும் இவர் திருமண நிகழ்ச்சிகளிலும் விழாக்களிலும் மிச்சமாகும் உணவுகளை எடுத்துச் சென்று அனாதை இல்லங்களில் அளித்து விடுவார். இவர் ரத்ததான குழுவின் தலைவர். இவர் 50 முறை ரத்ததானம் அளித்துள்ளார். நரிக்குறவர் மாணவர்கள் படிப்பதற்கான உதவிகளைச் செய்தவர். அதில் ஒருவரைப் பொறியாளர் படிப்பு படிக்க வைத்துள்ளார். 'உதவும் உள்ளங்கள்' வாயிலாக அனாதைகள் ஆதரவற்றவர்களுக்கு தக்க உதவிகளைச் செய்து வருகிறார்.

மற்றொரு நெருங்கிய உறவினர் து. மூர்த்தி அலிகார் பல்கலைக் கழகத்தில் தமிழ்ப் பேராசிரியராக பணியாற்றி வருகிறார். ஒருநாள் வேலூரில் உள்ள முக்கிய இடத்தில் து. மூர்த்தி பொதுக் கூட்டத்தில் பேசுவார் என்பதை அறிந்து வியப்படைந்தேன். அவரை நேரில் பார்த்து, 'எப்படி நீங்கள் இந்த அளவிற்கு பேச்சாற்றலைப் பெற்றீர்கள்' என்று கேட்டபோது அவர், 'எல்லாம் நீங்கள் சிறுவயதில் பள்ளியில் படிக்கும் நாட்களில் குடியரசு தினம், சுதந்திர தினம் வரும்போது உங்கள் தெருவில் சிறுவர்களைக் கூட்டம் கூட்டி தேசத்தலைவர்கள் படங்களை மாட்டி, பேசும்படி செய்வீர்கள். அப்போதிலிருந்தே என் பேச்சாற்றலை வளர்த்துக்கொண்டேன்' என்றார். இப்போதும் அவர் தமிழ் இலக்கியத்திற்காக கவிதைகளையும் புத்தகங் களையும் எழுதிவருகிறார். மற்றொரு நெருங்கிய உறவினர் திரு. தட்சிணாமூர்த்தி கால்பந்தாட்டத்தில் சென்னை அளவில் பிரசித்திப் பெற்ற விளையாட்டு வீரராக இருந்தார். பின்னாளில் கால்பந்து விளையாட்டு வீரர்களுக்கு பயிற்சி அளிப்பவராகவும் இருந்தார். இவரிடம் 'எவ்வாறு இச்சிறப்பினைப் பெற்றீர்கள்?' என்று கேட்டபோது, 'நான் சிறுவனாக இருந்தபோது நீங்கள் சிறப்பாக கால்பந்து விளையாடுவதைப் பார்த்து நானும் கற்றுக் கொண்டேன்' என்றார்.

என் மூலம் சிகிச்சைப் பெற்ற சில நோயாளிகள்:

என்னுடைய உறவினர் P.T. சம்பந்தம், முன்னாள் டெப்டி கலெக்டர். அவர் தன்னுடன் பணியாற்றும் சக ஊழியர் ஒருவரை சிகிச்சைக்காக என்னிடம் அழைத்து வந்தார். அவருக்கு தொழு நோயினால் கைவிரல்கள் மடங்கி கால்களிலும் புண்களுடன் மிகவும் துன்ப நிலையில் வந்தார். ஊழியர்கள் மற்றும் அவருடைய உறவினர்கள் அவரை ஒதுக்கி வைத்தனர்.

அவருக்கு வாழ்க்கையில் நம்பிக்கையே போய்விட்டது. அதனால் அவர் ஒருமுறை தற்கொலைக்கும் முயற்சித்திருந்தார். நான், அவரிடம் பேசி அவரது மனத்துக்கு ஆறுதல் கூறி இவரை விட மோசமான நோயாளிகள் சிகிச்சை பெற்று மீண்டு, வாழ்வில் சுகமாக வேலை செய்து மகிழ்ச்சியாக இருப்பதை அழைத்துச் சென்று காட்டினேன். பின், அவர் வேலூரிலேயே தங்கி சிகிச்சை பெற்று மறுபடியும் பணியில் சேர்ந்து பதவியுயர்வுப் பெற்றார்.

பதினெட்டு வயதுள்ள ஒரு பெண் தொழுநோயினால் பீடிக்கப் பட்டு திடீரென்று கால் துவண்டு நொண்டியைப்போல நடந்து வந்தாள். அவளுடைய பெற்றோர்கள் அவளுக்கான திருமண முயற்சியை எடுத்திருந்தார்கள். தொழுநோயினால் அதிகம் பாதிக்கப்படாமல் இருந்தாலும் கால் துவண்டு போனதால் பிள்ளை வீட்டார் திருமணத்தை நிறுத்தி விட்டார்கள். நான் அப்பெண்ணுக்கு மாவுக்கட்டுப் போட்டு நான்கு வாரங்கள் கழித்து வந்து என்னைப் பார்க்கும்படி கூறினேன். நான்கு வாரங்களுக்குப் பிறகு மாவுக் கட்டு பிரிக்கப்பட்டு துவண்ட கால்கள் மறுபடியும் பழையபடி நல்ல முறையில் மற்றவர் களைப்போல நடக்க முடிந்தது. இது பெற்றோருக்கு மிகுந்த ஆச்சரியத்தையும் மகிழ்ச்சியையும் அளித்தது. நின்றுபோன திருமணம் திரும்பவும் நிறைவேறி அந்தப் பெண்ணின் இல்லற வாழ்க்கை இனிமையுடன் தொடங்கியது.

ஒருபெண்ணுக்கு 10 வயது. இரண்டு கைகளும் மடங்கி டம்ளரை எடுத்து சரியானமுறையில் தண்ணீர்கூட குடிக்க முடியாமல் இருந்தது. ஒரு பேனாவை எடுத்து எழுதவும் முடியவில்லை. அவர்களுடன் வந்த சகோதரர் தாங்கள் ஏழ்மையான குடும்பத்தைச் சார்ந்தவர்கள் என்றும் தங்கையின் பிற்காலத்து திருமணத்தைப்பற்றி வருத்தப்படுவதாகவும் கூறினார். அதற்கு நான் அவரிடம், ‘ஒன்றும் பயப்பட வேண்டாம்! இப்பெண்ணின் கைகளை நன்கு சீர்படுத்தி குணமாக்கிட முடியும். ஆனால் நீங்கள் இப்பெண்ணிற்கு நிறைய படிக்கும் வாய்ப்பினை ஏற்படுத்தி பள்ளியில் சேர்த்து ஆவன செய்யுங்கள்!’ என்று கூறினேன்.

அது போலவே அப்பெண்ணின் சகோதரர் 15 வருடங்கள் கடந்தபின் என்னைக் காண என் வீட்டிற்கு வந்து என்னைப் பார்த்ததும் அழ ஆரம்பித்தார். எதற்காக அழுகிறீர்கள்’ என்று கேட்டதற்கு அவர் பதில் அளிக்கையில், ‘என் தங்கையை M.A

மற்றும் B.Ed., வரையில் படிக்க வைத்தேன். ஒரு கல்லூரியில் ஆசிரியராக வேலை செய்கிறார். அவர் அங்கு வேலை செய்யும் பேராசிரியருடன் பழகி திருமணமும் செய்து கொண்டார். ஆனால் தங்கையின் கணவர் வேறு சாதியைச் சேர்ந்தவர் என்ற முறையில் நாங்கள் அவரை வீட்டில் சேர்ப்பதில்லை' என்றார்.

'நம்மிடையே உள்ள மூடபழக்கங்கள் அவ்வளவு சுலபத்தில் மறைந்து விடுவதில்லை. ஆகவே சமூகத்தில் ஒதுக்கி வைத்தவர் களை மேலும் ஒதுக்கி வைக்க வேண்டாம்' என்றேன். மேலும் 'உன் தங்கை ஒரு நல்ல உத்யோகத்தில் இருந்து சுய மரியாதையுடன் வாழ்வதை அறிந்து எல்லோரும் மகிழ்ச்சி யடைய வேண்டும். அவர்களை உங்கள் வீட்டிற்கு அழைக்க வேண்டும்.' என்று அறிவுறுத்தி அனுப்பினேன்.

ஒருமுறை தொழுநோயாளி ஒருவர் என்னிடம் வந்து உதவி கேட்டார். அவரது இரண்டு கைகளிலும் விரல்கள் மடங்கி விகாரமடைந்திருந்தது. அவர் தன்னுடைய ஊருக்குப் போக பஸ்ஸில் பிரயாணம் செய்ய பஸ் ஏற உதவுமாறு என்னை அழைத்தார். அவரை பஸ்ஸில் ஏற்றி உட்கார வைத்தேன். ஆனால் பஸ் நடத்துனர், 'தொழுநோயாளியை பஸ்ஸில் வைத்து பயணம் செய்ய முடியாது.' என்று கூறினார். அதற்கு நான், 'அவரது நோயால் யாருக்கும் தொற்று ஏற்படாது' என்றும், 'அவர் தன்னுடன் மருத்துவ சான்றிதழ் வைத்திருக்கிறார். எனவே நீங்கள் கண்டிப்பாக பேருந்தில் அவரை அழைத்துச் செல்ல வேண்டும்.' என்றும் கேட்டுக்கொண்டேன். ஆனால் அந்த நடத்துனர் கடைசிவரை மறுத்து அந்த நோயாளியை பஸ்ஸைவிட்டு இறங்கும்படிக் கட்டளையிட்டார். உடனே நான் அந்த நடத்துனரிடம், 'நீங்கள் இவ்வாறு செய்வதானால் நான் என் தலையைப் பஸ்ஸின் முன் சக்கரத்தில் வைத்து படுப்பேன்.' என்று கூறினேன். ஆனால் அதற்குள் அந்நோயாளி மேற்கண்ட நிகழ்ச்சியைப் பெரிது படுத்த வேண்டாம் என்றும் இப்போராட்டத்தால் மற்ற பயணிகளுக்கு கால தாமதம் ஆவதால், அவர்களுக்கு சிரமம் அளிக்க தான் விரும்பவில்லை என்றும், மற்றொரு நாளில் தான் தொடர் வண்டியில் பயணம் செய்வதாகவும் கேட்டுக்கொண்டார். மிகுந்த வருத்தத்துடன் நான் அங்கிருந்து விலகினேன்.

விநாயகா மிஷனில் என்னிடம் வேலை செய்த பெண் அட்டண்டர் ஒருவர் தன் கணவர் தினமும் குடித்துவிட்டு குழந்தைகளையும் தன்னையும் அடித்து மிகவும் துன்புறுத்து வதாகக் கூறினார். நான் அந்தப் பெண் அட்டண்டரை டைப்பிங் படிக்க வைத்து அதற்கான முழுச் செலவையும் ஏற்றுக் கொண்டேன். அப்பெண் Higher Grade Typing பாஸ் செய்து கணினி பயிற்சியும் பெற்று தற்போது ஒரு அரசாங்க அலுவலகத்தில் கணினி பணி செய்து கொண்டிருக்கிறார்.

முதுகுத் தண்டுவட பாதிப்புகள்

நான் இந்த இயன்முறை (PHYSIOTHERAPY) மருத்துவத் துறையில் வேலை செய்யும்போது பெரும் பாலானவர்கள் மரத்தின் உயரத்திலிருந்து தவறுதலாக விழுந்து அதனால் தண்டுவடம் பாதிக்கப்பட்டு இரண்டு கால்களும் செயலிழக்கும் தன்மை ஏற்படுகிறது. அவர்கள் சிறுநீர் கழித்தல், மலம் கழித்தல் ஆகியவைகளின் உணர்வு செயல்பாடுகள் பாதிக்கப்படும். நடக்க இயலாதபோது அவர்கள் மற்றவர்களைச் சார்ந்து செயல்பட வேண்டியிருக்கிறது. இவர்களுக்கு இயன்முறை மருத்துவத்தின் மூலம் சிகிச்சை அளித்து கால்களுக்கு உபகரணங்களைப் பொருத்தி அக்குள்களுக்கு கட்டைகள் கொடுத்து அவர்களை சிறிது தூரம் நடக்க வைப்போம்.

இதில் சில உபகரணங்களால் அதிகமான செலவு ஏற்படுவதால் நான் மூங்கில் கொம்புகளை வைத்து "paralled bar' மற்றும் ‘வாக்கர்’ இவைகளை செய்வித்தேன். இவர்கள் பயிற்சிகள் கற்றபிறகு அவர்கள் ஏதேனும் ஒரு தொழில் செய்து பொருள் ஈட்டுவது நல்லது. அவர்கள் தையல் வேலை, டைப்பிங் கற்றுக் கொள்ளுவது, ஒரு சிறிய கடை வைத்து வியாபாரம் செய்வது உபயோகமானதாக இருக்கிறது.

1984-ல் நான் டெல்லி விஞ்ஞான பவனில் சர்வதேச தொழுநோய் மாநாட்டில் கலந்து கொண்டு மூங்கில்களினால் செய்யப்பட்ட உபகரணங்களை எடுத்து விளக்கிக் கூறினேன். விஞ்ஞான பவனில் மதர் தெரசா அவர்கள் சிறப்புரை ஆற்றினார்கள். அப்போது எங்களுடன் வந்திருந்த சிலருடன் சேர்த்து அனைவரும் பிரதமர் இந்திராகாந்தி அம்மையாரை சந்தித்துப் பேசினோம்.

சர்வதேச தொழுநோய் மாநாட்டில் பிரதமர் இந்திராகாந்தியை அவரது வீட்டில் சந்தித்து உரையாடுதல்.

எலிகளின் வாயிலாக வேப்பெண்ணைய் பரிசோதனை செய்தல்

தொழு நோயாளிகள் சிலருக்கு கால்களில் வலி தெரியாமலிருப்பதால் எறும்பு, கரப்பான் பூச்சி, எலி இவைகள் கடித்து புண்கள் ஏற்பட வாய்ப்புகள் ஏற்படும். சுருக்கமாகச் சொன்னால் வலி தெரியாததே வலி. பாதங்களில் வேப்பெண்ணை தடவி எறும்புப் புற்றில் நிற்கும்போது, பாதங்களில் எறும்புகள் ஏறாமல் விலகிச் சென்றதைப் பார்த்தேன். இம்மாதிரியாக எலிக் கூண்டில் இரண்டு தேங்காய்த் துண்டுகளில் ஒன்றில் வேப்பெண்ணை தடவியும் ஒன்றில் தடவாமலும் எலிகள் உள்ளே வரும்படி செய்தேன். கூண்டில் வந்த எலிகள் வேப்பெண்ணைய் தடவாத தேங்காய்த்துண்டுகளை மட்டுமே சாப்பிட்டன. இப்பரிசோதனைகள் யாவும் போட்டோ எடுக்கப் பட்டன. இப்பரிசோதனைகள் *1973* அகில இந்தியத் தொழுநோய் மாநாடு வார்தாவில் Slides வாயிலாக விளக்கிக் கூறி விழிப்புணர்வை ஏற்படுத்தினேன். இந்த வேப்பெண்ணையை பாதங்களில் வலி தெரியாதவர்களுக்கும்

பரிசோதனை செய்ததில் அவர்கள் கரப்பான் பூச்சியின் கடியிலிருந்து விடுபட்டார்கள்.

CMC மருத்துவமனையிலிருந்து ஓய்வு

நான் CMC மருத்துவமனையில் 40 வருடங்கள் வேலைசெய்து 07.07.1996 அன்று ஓய்வு பெற்றேன். இயன்முறை மருத்துவக் கல்விக்கு தலைமைப் பொறுப்பாளராக இருந்தேன்.

எங்கள் மாணவர்கள், MGR மருத்துவப் பல்கலைக் கழகத்தில் நிறைய மதிப்பெண்கள் பெற்று முதல் நிலையிலேயே இருப்பார்கள். அவர்கள் உள்நாட்டிலும் சரி, வெளிநாட்டிலும் சரி, வேலைக்காக மனு செய்தால் நிச்சயமாக வேலை வாய்ப்புகள் கிடைக்கும். என்னிடம் படித்த சில மாணவர்கள் வெளிநாட்டில் போய் மிகவும் சிறப்புடன் பணியாற்றுகிறார்கள். அத்தகைய மாணவர்களில் திரு தாமஸ் மேத்யு என்பவர் அமெரிக்கா சென்று பிரசித்திபெற்ற பெயருடன் ஒரு புனர்வாழ்வு நிலையத்திற்கு இயக்குநராக பணி செய்தார். மேலும் 5 இயன்முறை சிகிச்சை நிலையங்களை ஏற்படுத்தினார். அவரிடம் 20 அமெரிக்கர்கள் இயன்முறை மருத்துவப் பணி செய்தார்கள். அவர் வேலூரில் மாணவராக இருந்தபோது CMC பாகாயத்தில் உள்ள Rehab Institute மருத்துவமனை காம் பவுண்டைச் சுற்றியிருந்த புதர்களை எல்லாம் சக மாணவர்கள் மூலம் மாதத்திற்கு ஒருமுறை சுத்தம் செய்வார்.

அவருடன் Dr. சுரஞ்சன் பட்டாச்சார்ஜி (Former CMC Director,) அவர்களும், அவருடன் கூட நானும் சேர்ந்து சுத்தம் செய்வோம். இவ்வாறு செய்வது அங்குள்ள எல்லோருக்குமே மிக்க மகிழ்ச்சி அளித்தது. பிறகு தாமஸ் மேத்யூ இந்தியாவிலேயே சேவை செய்ய வேண்டும் என்னும் விருப்பத்துடன் அமெரிக்க வேலையை விட்டுவிட்டு வேலூரில் ரூபி இரத்தினக்குமார் என்பருடன் சேர்ந்து மாற்றுத் திறனாளிகளுக்கு சிறப்பான பணியாற்றி வருகிறார். என்னிடம் படித்த திரு மாணிக்கம் அவர்கள் சேலத்தில் உள்ள செயிண்ட் மேரீஸ் தொழுநோய் மருத்துவமனையில் தொழுநோயாளிகளுக்குச் சிறப்பாகப் பணியாற்றி வருகிறார். இவர் கிராமங்களுக்குச் சென்று தொழு நோயாளிகளுக்கு தேவையான சிகிச்சையை அளித்து அவர்கள் புனர்வாழ்வுக்காக ஆடு மாடுகளை வாங்கிக் கொடுத்து

அந்நோயாளிகள் யாருடைய எதிர்பார்ப்பும் இல்லாமல் பணம் சம்பாதித்து தம் கால்களால் நிற்கச் செய்கிறார். மேலும், இவர் வெளிநாடுகளுக்குச் சென்று அங்குள்ள மாணவர்களுக்கும் தொழுநோயைப் பற்றி விரிவாக விளக்கி அவர்களுக்கு விழிப்புணர்வு ஏற்படுத்துகிறார்.

நான் 1996 ல் ஓய்வு பெறும்போது பல இயன்முறை மருத்துவக் கல்லூரிகளில் என்னை முதல்வராக வந்து பணி செய்யும்படி கேட்டுக்கொண்டார்கள். ஒரு மருத்துவ நிலையத்தின் அதிகாரி அவர்கள் தமது கல்லூரியில் வந்து பணியாற்றும்படி சொல்லி, 'என்னுடைய சம்பளத்தை நானே நிர்ணயித்துக் கொள்ளலாம்' என்றும் சொன்னார். இதற்கிடையில் நான் தற்போது வேலை செய்யும் விநாயகா மிஷன் தலைவர் என்னிடம் தொலைபேசி மூலம் அணுகி அவருடைய இயன்முறை மருத்துவக் கல்லூரியில் முதல்வராக பணியாற்றும்படிக் கேட்டுக் கொண்டார். இவருடைய கல்லூரி வளாகத்திலேயே மருத்துவக் கல்லூரியும் சேர்ந்திருப்பதால் முதல்வர் பதவியை ஏற்றுக் கொண்டேன். இதில் இயன்முறை மருத்துவ மாணவர்களுக்கு Anatomy Physiology மருத்துவம் சார்ந்த படிப்புகளும் இருப்பதால் மாணவர்களுக்கு மிகவும் பயனள்ளதாக இருக்கும் என்று இக்கல்லூரியில் சேர்ந்தேன்.

சேலம் விநாயகா மிஷன்

விநாயகா மிஷன் தலைவர் டாக்டர் ஷண்முகசுந்தரம் திருமுருக கிருபானந்த வாரியார் அவர்களின் ஆசியுடன் ஒரு சிறிய அளவில் மருந்தகம், கல்லூரி ஆரம்பித்து, பிறகு படிப்படியாக செவிலியர் கல்லூரி, இயன்முறை மருத்துவக் கல்லூரி, பொறியாளர் கல்லூரி, மருத்துவக் கல்லூரிகள் என 27 கல்லூரிகள் அமைத்துள்ளார். இன்று 20,000 க்கும் மேற்பட்ட மாணவ மாணவியர்கள் விநாயகா மிஷன்ஸ் நிறுவனத்தின் வழியில் பல துறைகளில் கல்வி பயில்கிறார்கள். இங்கு இந்தியாவின் பல பாகங்களிலிருந்தும் வெளிநாடுகளிலிருந்தும் வந்து படித்துப் பயனடைகிறார்கள். இவருடைய பிள்ளைகள் Dr. சரவணன், Dr. கணேசன் மற்றும் இயக்குநர்கள் அனைவரும் இந்த ஸ்தாபனத்தின் வளர்ச்சிக்கு அயராது பாடுபட்டு சிறப்பாகப் பணி செய்து வருகிறார்கள்.

இங்கு என்னை மருத்துவக் கல்லூரி வளாகத்தில் தங்கும்படி ஏற்பாடு செய்தபோது அந்தப் பகுதியில் செடிகொடிகள் மரம் ஏதுமில்லை. நான் ஒரு முருங்கைக் கிளையை தண்ணீர் ஊற்றி வளர்க்க ஆரம்பித்தேன். அச்செடி, வேகமாக வளர்வதைக் கண்டு ஆச்சரியம் அடைந்தேன். வாழைக் கன்றுகளை நட்டேன். அவைகளும் நன்றாக வளர்ந்தன. இதைக்கண்டு உற்சாகமடைந்த நான் 20 மாங்கன்றுகள் வாங்கிவந்து வளாகத்தில் உள்ளவர் களுக்குக் கொடுத்தேன். அதில் இப்போது 10 மரங்கள் காய்க்க ஆரம்பித்துவிட்டன. மீதமுள்ள 10 மரங்கள் சரியாக வளராமல் பட்டுப்போய்விட்டன. இதைப்போலவே வாழைக்கன்றுகள், முருங்கைக் கிளைகள் யார் யாருக்கு விருப்பமோ அவர்கள் அதனைப்பெற்று வளர்க்க ஆரம்பித்தார்கள். இதன் பலன்களைப் பார்க்கும்போது பூமித்தாயை எவ்வளவு போற்றினாலும் தகும் என அறிந்தேன்.

மேலும் Dr. ஷண்முகசுந்தரம் 'விநாயகா மிஷன்ஸ்' தலைமைய கத்தின் அருகிலேயே பெரிய கோயில்களைக் கட்டி இருக்கிறார். தமிழ்நாட்டில் பல பாகங்களிருந்தும் இக்கோயிலுக்கு வந்து தரிசித்துச் செல்கிறார்கள். 2004 ல் விநாயகா மிஷன்ஸ் சேவையி லிருந்து ஓய்வு பெறும் தருணம் வந்தபோது என்னை இங்கேயே தங்கி வேலை செய்யும்படிக் கூறி இயன்முறை மருத்துவக் கல்லூரியில் எனக்கு பதவி உயர்வு கொடுத்து இயக்குநராக நியமித்தார்.

அச்சமயத்தில் அவர் எனக்கு எழுதிய கடிதத்தின் மொழிபெயர்ப்பு

வினாயகா மிஷின்ஸ் நிர்வாகம், நீங்கள் இயன்முறை மருத்துவக் கல்லூரிக்கு முதல்வராக சிறப்பாக பணியாற்றியுள்ளது குறித்து மிகவும் மகிழ்ச்சி அடைகிறது. மேலும், நாங்கள் உங்களை பாராட்டி இயன்முறை மருத்துவ கல்லூரியின் டைரக்டராக பதவி உயர்வு அளிக்கிறோம் என்பதனை மகிழ்ச்சியுடன் தெரிவித்துக் கொள்கிறோம்.

திரு. இராஜன் சாமுவேல் அவர்களை இக்கல்லூரிக்கு முதல் வராக நியமித்தார். திரு. இராஜன் சாமுவேல் அவர்கள் இயன்முறைக் கல்லூரியை திறம்பட நிர்வகித்து அவ்வப்போது இயன்முறை கருத்தரங்குகளை நடத்தி மாணவர்களுக்குச்

சிறப்பாக பணியாற்றி வருகிறார். இத்துடன் ஏற்றத்தாழ் வில்லாமல் சமூக சேவையும், மாணவர்களுக்கு பயிற்சியும் அளிக்கிறார். இவருக்குத் துணையாக Academic co-ordinator திரு. சாம் தம்புராஜ் உதவுகிறார்.

என்னுடைய இயன்முறை மருத்துவச் சேவையில் பிரபலமான இயன்முறை மருத்துவர்கள் திருமதி. பார்க்கர், திரு. தாமஸ் மாணிக்கம், திரு. ஜான் சாமுவேல், திரு. ஆனந்த், திரு. விஜயகுமார், திரு. ஆண்ட்ரு பாபு, திரு. கரிபிரை, Ms. மேரி சிதம்பரம், திரு. விட்டல்ராவ், திரு. பசுபதி, திரு. கார்த்திகேயன், திரு. பர்னஸ், திரு. கு. கொலம்பன், திரு. பால் நமச்சிவாயம், திரு. செங்குட்டுவேல். திருமதி. மல்லிகா, திரு. ரமேஷ், திரு. பாஸ்கர், திரு. பெருமாள், திருமதி ஜானகி இவர்களுடன் வேலை செய்யும் வாய்ப்புக் கிடைத்தமைக்கு என் நன்றியையும் மகிழ்ச்சியையும் தெரிவித்துக் கொள்கிறேன்.

அவ்வாறே, திரு. N. துரைசாமி, திருமதி. காந்திபாய், திரு. குப்புசாமி இவர்களுடன் பணியாற்றியதற்கு என் மகிழ்ச்சியையும் நன்றியையும் தெரிவித்துக் கொள்கிறேன். மேலும் டாக்டர் அ. ரிச்சர்ட் மற்றும் டாக்டர் சுந்தர்ராஜன், (இவர்கள் எழுதிய புத்தகம் 'BIOSTATISTICS RESEARCH METHODS' மிகவும் பிரபல மாகியது.) டாக்டர். ரிச்சர்ட் அவர்கள் என் ஆராய்ச்சியின் நிமித்தம் பல உதவிகளையும் செய்துள்ளார்.

என்னுடைய மாந்தோட்டம்

வேலூர் பச்சைக் காய்கறிகளுக்கு பிரசித்திப் பெற்ற நகரம். ஒவ்வொரு மாம்பழம் காய்க்கும் பருவத்திலும் நிறைய மாங்காய் களை வாங்கிப் பழுக்க வைத்து வீட்டு உபயோகத்திற்கும் மற்றும் உறவினர்களுக்கும் கொடுப்பது என் வழக்கம்.

அவ்வாறே மரம் வளர்ப்பதிலும் பேரார்வம் இருந்தது. ஆனால், பொருளாதாரம் போதுமானதாக இல்லாததால் இதனை செயல்படுத்த முடியவில்லை. விநாயகா மிஷனில் சேர்ந்தபிறகு என் வருமானத்தில் சிறிது சிறிதாகச் சேமித்து சில வருடங்களுக்கு முன்பு திருவண்ணாமலை தாலுக்காவிலுள்ள கல்லாத்தூர் என்ற இடத்தில் 2½ ஏக்கர் நிலம் வாங்கி 300 மாங்கன்றுகள் நடச் செய்தேன். இப்போது அம்மரங்களில் காய்கள் காய்க்க

ஆரம்பித்து நல்ல விளைச்சலையும் தருகிறது. இம்மாங்கனிகளில் பெரும்பகுதியை விற்பனை செய்யாமல் ஊழியர்களுக்கும் பள்ளிக் குழந்தைகளுக்கும் உறவினர்களுக்கும் அனாதை இல்லங்களுக்கும் கொடுத்து மகிழ்ச்சியடைகிறேன்.

ஒருமுறை என்னுடைய விடுமுறையில் போராசிரியர் T.N. ஜெகதீசன் அவர்களுடன் ஐதராபாத்துக்கு பயணம் செய்தேன். அவர் தொழுநோய் சம்பந்தமாக மந்திரிகளுடன் பேசவேண்டி இருந்தது. அவர் மாலையில் கவிக்குயில் சரோஜினி நாயுடுவின் மகனை நேரில் சந்தித்துப் பேசினார்.

அங்கிருந்து நாராயணபெட் என்ற ஊரில் இரவு தங்கினோம். அங்குள்ள அதிகாரிகள் வகைவகையான சாப்பாடெல்லாம் செய்து வைத்தார்கள். நாங்களிருவரும் சாப்பிட ஆரம்பிக்கும் போது என் கையில் ஒரு எலும்புத் துண்டு கிடைத்தது. இது அசைவ உணவு என்று கூறினேன். அவர் மீதி பாத்திரங்களை திறந்து பார் என்று கூறினார். கிட்டத்தட்ட எல்லாமே அசைவ உணவுகளாக இருந்தன. நாங்கள் இருவரும் சைவமாக இருந்ததால் அன்று இரவு சாப்பிட வேண்டாம் என்று முடிவெடுத்தோம், அங்கிருந்தவர்கள் எங்களைப் பார்த்து வருத்தப்பட்டார்கள். இருந்தாலும், அவர்கள் எங்களுக்கு ஆப்பிள், மாதுளை, கொய்யா, சீத்தாபழம் முந்திரி, திராட்சை, பாதாம் போன்றவைகளை அளித்தார்கள். நாங்கள் தேவையானவைகளைச் சாப்பிட்டு முடித்தோம்.

என் சர்க்கரை வியாதி

சுமார் 40 வருடங்களுக்கு முன்பு எனக்கு இரத்தப் பரிசோதனையில் சர்க்கரை வியாதியின் அறிகுறிகள் இருப்பதாகக் கூறினார்கள். அதனால் உணவில் எச்சரிக்கையாக இருக்கும்படியும் சொன்னார்கள். கிட்டத்தட்ட 5 வருடங்கள் மருந்துகள் சாப்பிடாமலே உடற்பயிற்சி, உணவுக்கட்டுப்பாடுடன் இனிப்புகள் சாப்பிடுவதைத் தவிர்த்தேன். கடந்த 10 வருடங்களாக சர்க்கரை வியாதியை கீழ்க்கண்ட முறைகளினால் கட்டுப்பாட்டில் வைத்திருக்கிறேன்.

1. சர்க்கரை வியாதிக்காக இரத்தம் பரிசோதித்தல்.
2. சர்க்கரை கலந்த உணவுகள், கேக்குகள், பழங்கள் ஆகியன தவிர்த்தல்.

3. உணவு சிறிய அளவு 4 (அ) 5 வேளைகளில் பிரித்து சாப்பிடுதல்.
4. மருந்துகளை வேளை தவறாமல் சாப்பிடுதல்.
5. தினமும் தவறாமல் உடற்பயிற்சி செய்தல் மற்றும் நடப்பது.
6. எப்போதும் உற்சாகத்துடன் வேலை செய்தல் ஆகியன.

இயன்முறை மருத்துவர்கள் கூட்டத்தில் பேசுவதற்காக என்னை வேலூர் C.M.C யில் அழைத்திருந்தார்கள். அப்போது என்னிடம் படித்த மாணவி ஒருவர், 'நான் 25 வருடங்களுக்கு முன்பு உங்களை எப்படிப் பார்த்தேனோ அப்படியே இருக்கிறீர்களே!' என்றார். ஏனென்றால் நீங்கள் வகுப்பறையில் நுழையும்போது எல்லா இடங்களும் சுத்தமாக இருக்கிறதா என்று பார்த்து சாக்லேட் காகிதங்கள் இருந்தால் அவற்றை நீங்களே எடுத்து குப்பைத் தொட்டியில் போட்டு விடுவீர்கள். மருத்துவமனையில் காலையில் 8 மணிக்கு பிரார்த்தனை தொடங்குவார்கள். நீங்கள் ஐந்து மணித்துளிகள் முன்னதாகவே வந்து சேர்ந்து விடுவீர்கள். இது எங்களுக்கு காலம் தவறாமையை கற்றுக் கொடுத்தது.' என்று கூறினார்.

நான் 60வது வயதிலும் மிதி வண்டியில் தினம் 10 கிலோ மீட்டர் வரை செல்வேன். சிலர் என்னிடம், 'உங்கள் தகுதிக்கு கார் வாங்கி அதில் பிரயாணம் செய்யலாமே!' என்று கூறுவார்கள். அதற்கு நான், 'என்னை மதிக்கிறவர்கள் மதிக்கட்டும். மதிக்காதவர்களைப் பற்றிக் கவலை இல்லை' என்பேன். 'இது என் உடல் நலத்திற்கு நல்லது' என்றும் சொல்வேன். முக்கியமான இயன்முறை மருத்துவத்திற்கு தேர்வு செய்யும் குழுவில் இருந்து எல்லா உதவிகளையும் செய்வேன். அவர்களுக்கு எழுத்துத் தேர்வு, மெமரி டெஸ்ட், பிஸிகல் எண்டியூரன்ஸ் டெஸ்ட் (படுத்த நிலையிலிருந்து ஒரு நிமிடத்திற்கு குறைந்தது 25 முறையாவது வேகமாக படுத்து உட்கார வேண்டும்.) எல்லாம். இயன்முறை மருத்துவர்கள் உடல் ஆரோக்கியமானவர்களாகவும் உடல் வலிமையுள்ளவர்களாகவும் இருக்க வேண்டும் என்பது என் கருத்து.

சில விசித்திர நிகழ்வுகள்

ஒருசமயம், சென்னையில் பேருந்துக்கான நிறுத்தத்தில் காத்திருந்தேன். சர்க்கரை வியாதிக்கான மாத்திரையை ஒழுங்காகச்

சாப்பிடாததால் Hypoglycemia ஏற்பட்டு நிற்குமிடத்திலேயே மயங்கி விழுந்தேன். யாரோ சிலர் என்மேல் அனுதாபம் கொண்டு மருத்துவமனையில் சேர்த்தார்கள். நான் கண் விழித்துப் பார்த்தபோது மருத்துவர்கள் நடந்ததைக் கூறினார்கள்.

ஆகையால் தற்போது அடிக்கடி இரத்தப் பரிசோதனை செய்து சரிபார்த்து இத்தகைய பிரச்னைகள் ஏற்படுவதைத் தடுக்க முடிகிறது. திருமணத்தில் இனிப்பு கொடுத்தால் திருப்பிக் கொடுத்து விடுவேன்.

வேலூரில் என்னிடம் படித்த மாணவர் ஒருவர் மகாத்மா காந்தி தொடர்புடைய தொழுநோய் மருத்துவமனை மகாரோகி சேவா சமிதியில் வேலை செய்து கொண்டிருந்தார். அவர் எனக்கு எழுதிய கடிதத்தில், 'நான் என் வாழ்நாளில் மறுபடியும் உங்களை எப்போது பார்ப்பேன் என்று தெரியவில்லை.' என்று எழுதியிருந்தார். அப்போது நான் ஒரு மாநாட்டிற்கு டெல்லி செல்ல வேண்டியிருந்தது. நான் அவருக்கு எழுதிய பதில் கடிதத்தில், 'நான் தொடர்வண்டியில் டெல்லி செல்ல இருக்கிறேன். உனக்கு முடியுமானால் என்னை வார்தா ரயில்வே ஸ்டேஷனில் வந்து பார்க்கலாம்' என்று எழுதினேன். அவரும் அவ்வாறே இரண்டு ஆங்கிலேய நண்பர்களுடன் வந்து ரயில் நிலையத்தில் எனக்கு பூ மாலை போட்டு கௌரவித்தார். 'நான் திரும்பி வரும்போது உங்கள் மருத்துவமனைக்கு வந்து தேவையான உதவிகளைச் செய்கிறேன்.' என்று சொல்லியனுப்பினேன். அவ்வாறே நான் டெல்லியிலிருந்து திரும்பி வரும்போது வார்தா ஸ்டேஷனில் இறங்கி அவர்களுடைய மருத்துவமனையில் ஓரிரு நாட்கள் தங்கி உதவிகள் செய்தேன். இதனை நான் எனக்குக் கிடைத்த ஒரு நல்ல வாய்ப்பாகவே கருதினேன்.

நான் முன்னாளில் சிகிச்சை மேற்கொண்டிருந்த செங்கல்பட்டு ஸ்தாபனத்திற்கு ஒரு ஞாபகார்த்தமாக சமீபத்தில் சென்று வந்தேன். 70 வருடங்களில் அங்கிருந்த கட்டடங்கள் எல்லாமே அகற்றப்பட்டிருந்தன. நான் தங்கியிருந்த ஆறாவது போர்டிங்கில் சென்று பார்த்தேன். புதிய முறை கூட்டு மருந்து தொழுநோய் மருத்துவத்தின் வாயிலாக அங்கிருந்த நோயாளிகள் அகற்றப்பட்டு வீட்டிலேயே தங்கியிருந்து சிகிச்சை பெறும் வண்ணம் ஏற்பாடுகள் செய்திருக்கிறார்கள். மகாத்மா காந்தியின் தீர்க்க தரிசனம்

எவ்வளவு உண்மையாக இருக்கிறது. அவர், ‘தொழுநோய் மருத்துவமனையை தொடங்கி வைப்பதற்கு என்னை கூப்பிடுவதற்குப் பதிலாக அதை மூடுவதற்கு என்னைக் கூப்பிடுங்கள்!’ என்று கூறியது உண்மையாகி இருக்கிறது.

வலி நிவாரணங்கள் - பயிற்சி முறைகள்

40 வயதிற்கு மேற்பட்டவர்கள் பொதுவாக வயதின் காரணமாக முதுகுவலி, கால் மூட்டுவலி, கழுத்துவலி என்ற காரணங்களுக்காக என்னிடம் வருவார்கள். அவர்களுக்கு இயன்முறை மருத்துவம் கொடுத்து பொதுவாக இச் சிகிச்சை முறைகளை வீட்டிலேயே செய்யுமாறு கூறுவேன். மூட்டுவலி இருக்கும் போது சுடுநீர் ஒத்தடம் அல்லது மெழுகு ஒத்தடம் (Heating Pad) கொடுத்து ஓரளவிற்கு நிவாரணம் பெறலாம். இச்சூடு ஒத்தடமானது தசைகளில் இரத்த ஓட்டத்தை அதிகரித்து அங்குள்ள தேவையற்ற பொருள்களை நீக்குவதால் அவ்விடத்தில் வலி நிவாரணம் கிடைக்கப் பெறுகிறது. இச்சிகிச்சையானது வீட்டிலேயே இரண்டு அல்லது மூன்றுமுறைகூட செய்யலாம். நீண்ட நாட்கள் வலி நிவாரண மாத்திரைகள் சாப்பிடுவதால் பின் விளைவுகள் ஏற்பட வாய்ப்புகள் அதிகம். இவ்வாறு ஒத்தடம் கொடுக்கும்போது அச்சமயத்தில் தூங்குவதை தவிர்த்தல் வேண்டும். மேலும் எவை செய்யக்கூடியவை, எவை செய்யக்கூடாதவை எனக் கூறி அனுப்புவோம். மிகவும் மோசமான நிலைமையில் உள்ளவர்கள் மருத்துவமனைக்குச் சென்று அறுவை சிகிச்சை தேவைப்படும் என்றால் செய்துக் கொள்ள அறிவுறுத்துவோம்.

கழுத்து வலி உள்ளவர்கள் கவனிக்க வேண்டியவை

- நீண்டநேரம் கழுத்தை குனிந்த நிலையில் வேலை செய்வதைத் தவிர்த்தல் வேண்டும்.
- தலையில் சுமையை தூக்குதல் தவிர்த்தல் வேண்டும்.
- பளு தூக்குதல் தவிர்த்தல் வேண்டும்.
- வலி இருக்குமிடங்களில் சூடு ஒத்தடம் கொடுக்கவும்.
- பெரிய தலையணைக்குப் பதிலாக ஒரு சிறிய தலையணை வைத்து தூங்கிப் பழகிக் கொள்ளவும்.

தலையணை

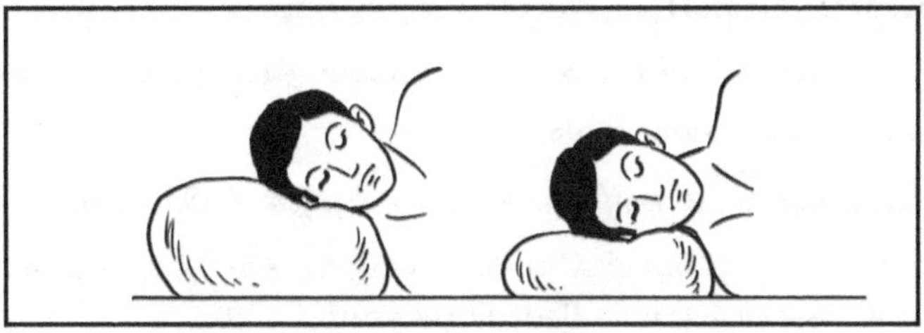

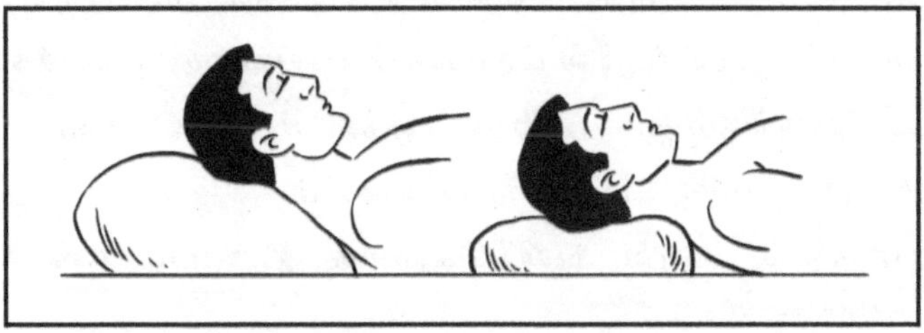

படங்களில் கண்டவாறு பயிற்சிகளை ஒழுங்காக தினமும், அழுத்தம் கொடுத்து பயிற்சிகள் செய்து வரவும்.

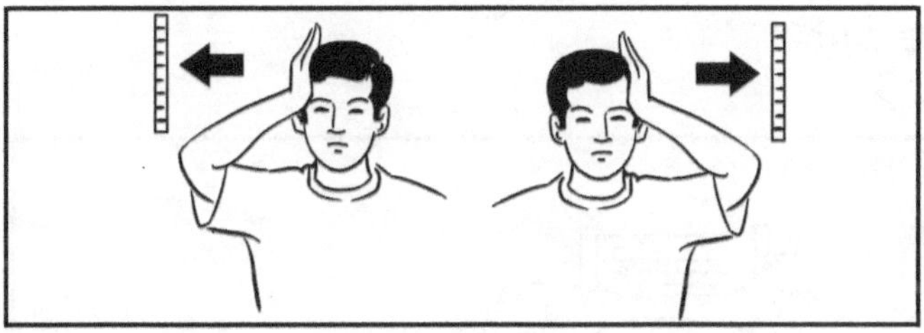

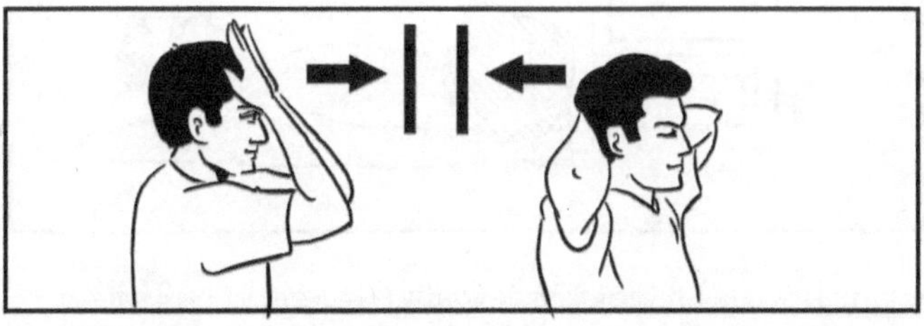

முதுகுவலி உள்ளவர்கள் கவனிக்க வேண்டியவை

முதுகை வளைக்காமல் கூடுமானவரை நிமிர்ந்தவாறே நின்று வேலைகளை செய்ய வேண்டும்.

1. கனமான பொருள்களைத் தூக்குவதைத் தவிர்க்கவும்
2. பஞ்சு மெத்தையில் படுப்பதைத் தவிர்த்து சமமானப் படுக்கையில் (Hard Bed) படுக்கவும்.
3. தரையில் உட்கார்ந்து வேலை செய்வதைத் தவிர்க்கவும்.
4. பஸ்ஸில் பின் சீட்டில் பிரயாணம் செய்வதைத் தவிர்க்கவும்.
5. வலியிருக்கும் இடத்தில் சூடு ஒத்தடம் கொடுக்கவும்.
6. Western Toilet உபயோகப்படுத்தவும்.
7. படத்தில் உள்ள பயிற்சிகளைத் தினமும் தவறாமல் செய்யவும்.

மிகுந்த முதுகு வலி உள்ளவர்கள் கீழ் முதுகிற்கு Lumbar Corset வாங்கி வலி நிவாரணத்திற்குப் பயன்படுத்தலாம்.

வலி மிகுதியாக இருந்தால் இவ்வாறு படுத்து பழகவும்

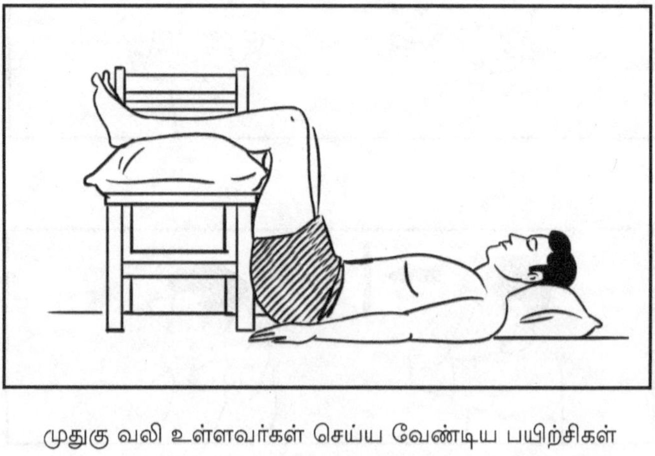

முதுகு வலி உள்ளவர்கள் செய்ய வேண்டிய பயிற்சிகள்

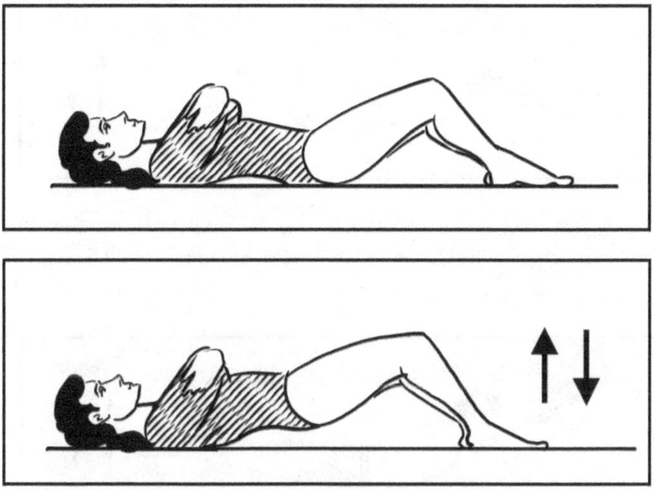

இடுப்பை மேலும் கீழுமாகத் தூக்கி பயிற்சி செய்யவும்

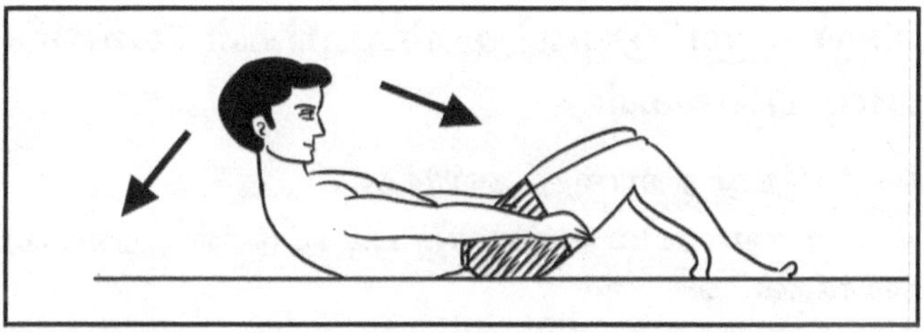

முதுகை வளைத்து முன்பன் பக்கமாக பயிற்சி செய்யவும்.

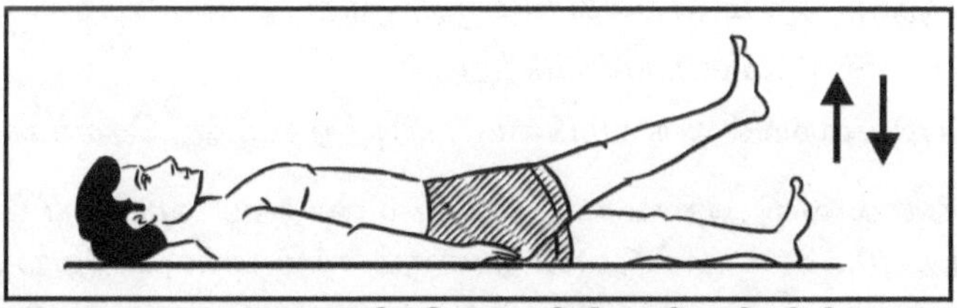

ஒரு காலை மடக்காமல் மேலே தூக்கி இறக்கி பயிற்சி செய்யவும்.
அதுபோலவே அடுத்த காலுக்கும் செய்யவும்.

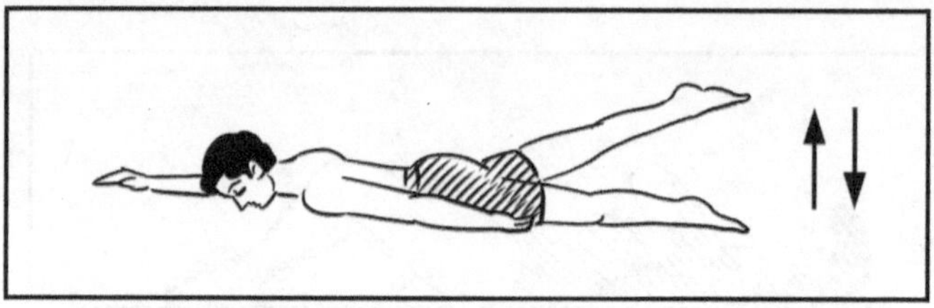

ஒரு கை, ஒரு கால் மேலே தூக்கி இறக்கி பயிற்சி செய்யவும். அதுபோலவே அடுத்த காலுக்கும் செய்யவும்.

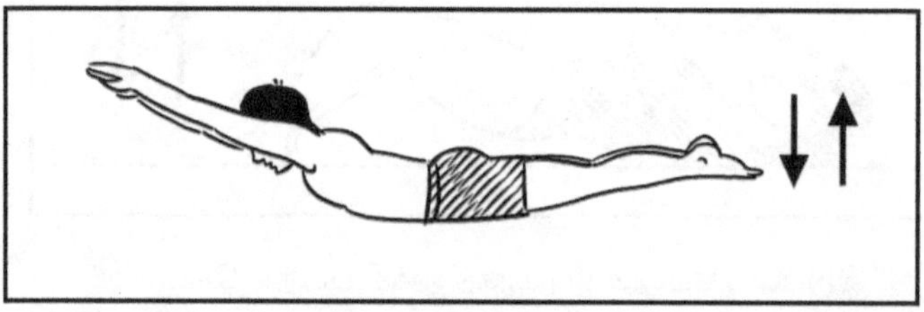

ஒரே சமயத்தில் இரு கைகளையும் இருகால்களையும் உயர்த்தி இறக்கி பயிற்சி செய்யவும்.

முழங்கால் மூட்டுவலி உள்ளவர்கள் கவனிக்க வேண்டியவைகள்

- நீண்ட நேரம் நிற்பதைத் தவிர்த்தல்.
- கூடுமானவரையில் அதிகமான படிகட்டுகள் ஏறுவதைத் தவிர்த்தல்.
- உடல் பருமனைக் குறைத்தல்.
- தரையில் அமர்ந்து வேலை செய்வதைத் தவிர்த்தல்.
- சூடு ஒத்தடம் அல்லது மெழுகு ஒத்தடம் கொடுத்தல்.
- Western Toilet பயன்படுத்துதல்.
- கழிவறையில் ஒரு கம்பியைப் பிடித்து எழுந்து கொள்ளுதல்.

முழங்கால் வலி அதிகமாக இருந்தால் கைத்தடி வாங்கிப் பயன் படுத்தவும். கால் மூட்டுவலி தாங்கும் சக்தி மிகவும் மோசமாக இருந்தால் மருத்துவரைக் கலந்து ஆலோசித்து அறுவை சிகிச்சை செய்து கொள்ளலாம். படத்தில் கண்டவாறு தினமும்

பயிற்சிகள் 3 முறை 10 (அ) 15 நிமிடங்கள் வரை செய்து பழகிக் கொள்ளவும்.

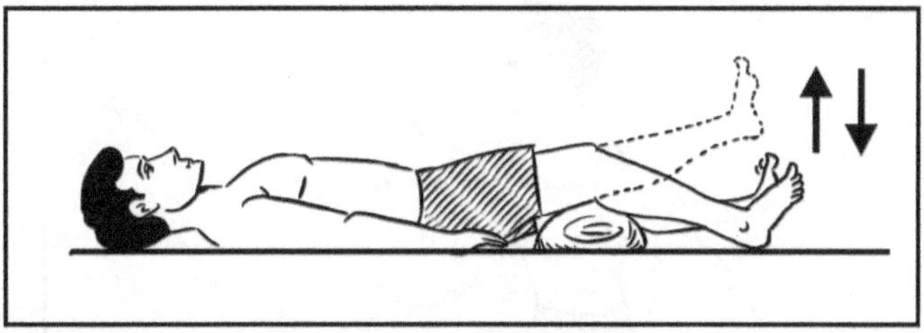

பாதிக்கப்பட்ட முட்டியின்கீழ் தலையணையை வைத்து படத்தில் காட்டியவாறு பலமுறை பயிற்சி செய்யவும்.

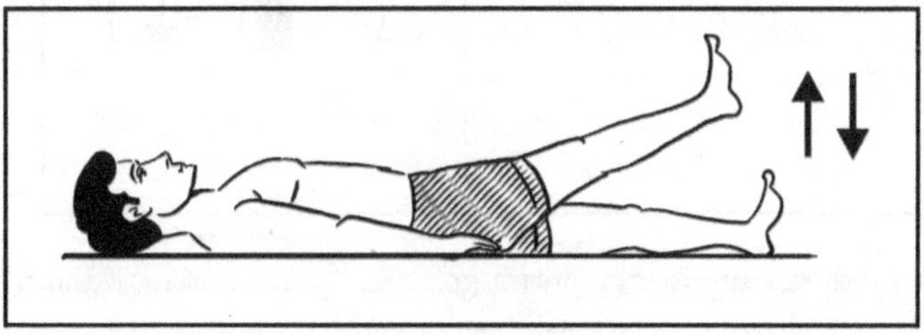

முழங்கால் முட்டியை மடக்காமல் படத்தில் காட்டியவாறு பலமுறை பயிற்சி செய்யவும்.

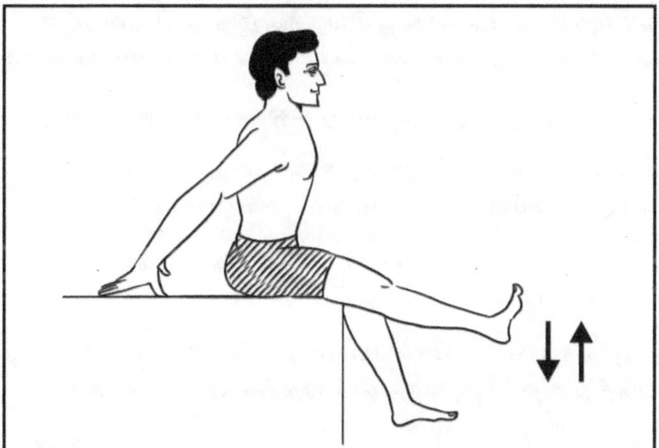

இருக்கையில் அமர்ந்தபடி காலை நீட்டி மடக்கவும். ஒரு ஸ்டுலின் மீது உட்கார்ந்து காலை மடக்காமல் உயர்த்தி இறக்கி பயிற்சி செய்யவும்.

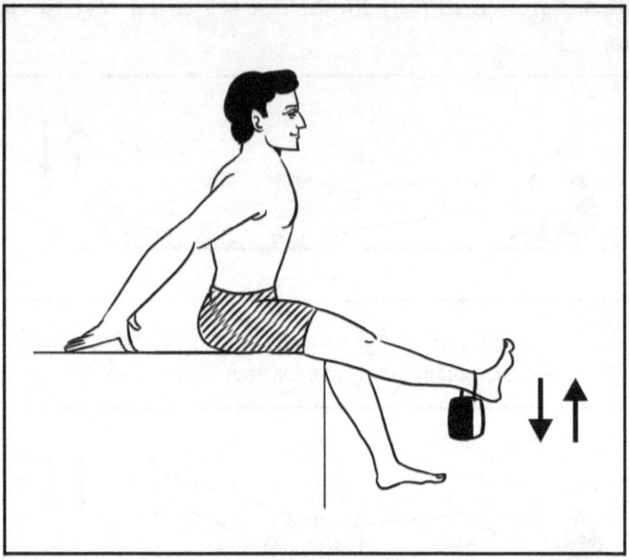

படத்தில் உள்ளதுபோல மணல் மூட்டை (ஒன்று அல்லது இரண்டு கிலோ) கணுக்காலில் கட்டி பயிற்சி செய்யவும்.

தோள்பட்டை வலி

40 வயதிற்கு மேல் உள்ள ஒரு சிலருக்கு இந்தத் தோள்பட்டை வலி ஏற்பட வாய்ப்பு உண்டு. அவர்கள் கவனிக்க வேண்டியவை:

- வலி இருக்கும் இடத்தில் சூடு ஒத்தடம் கொடுக்கவும்.
- தினந்தோறும் வலி தாங்கும் அளவிற்கு பயிற்சிகள் செய்து வரவும். பயிற்சிகள் கீழே கொடுக்கப்பட்டுள்ளன.
- பாதிக்கப்பட்ட கையில் பளு தூக்குதலை தவிர்க்க வேண்டும்.
- பாதிக்கப்பட்ட தோள்பட்டையில் தலையை வைத்துப் படுத்து உறங்குவதைத் தவிர்த்தல் வேண்டும்.

பயிற்சி - 1

தண்ணீர் பாட்டில் அல்லது Dumb Bell லை கையில் பிடித்துக் கொண்டு முன் பக்கம் பின் பக்கம் படத்தில் காட்டியவாறு பலமுறை செய்யவும்.

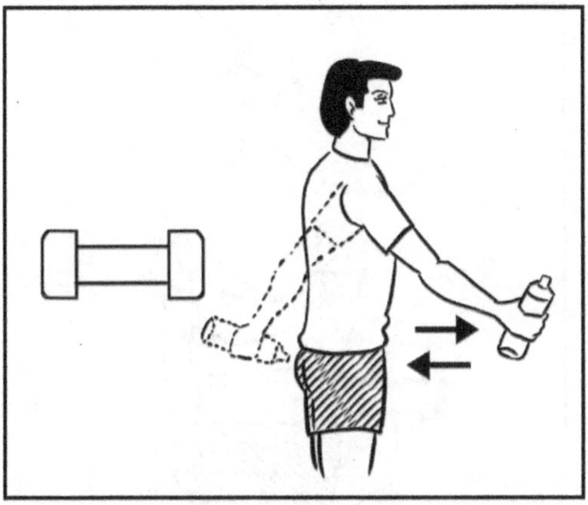

பயிற்சி - 2

படத்தில் காட்டியவாறு 1 அல்லது 2 கிலோ பளு தூக்கி பலமுறை பயிற்சிகளைச் செய்து பழகவும்.

பயிற்சி - 3

படத்தில் காட்டியவாறு தண்ணீர் பாட்டில் அல்லது Dumb Bellலை பிடித்துக் கொண்டு பலமுறை இவ்வாறு பயிற்சி செய்யவும்.

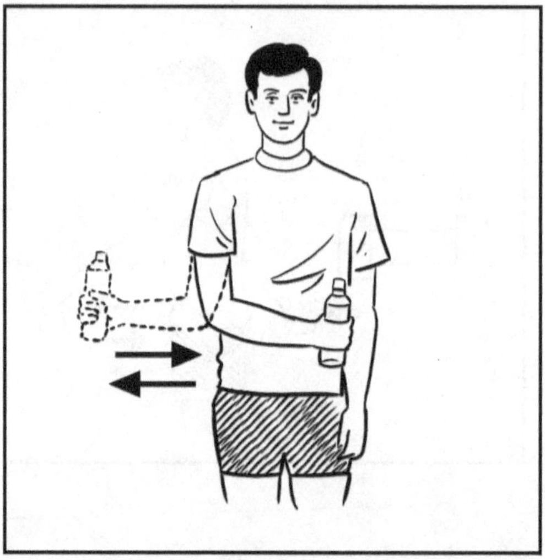

பயிற்சி - 4

படத்தில் காட்டியவாறு ஒரு கையை மேஜையின் மீது வைத்து குனிந்து பாதிக்கப்பட்ட கையை பெரிய வட்டமாகச் சுற்றிப் பலமுறை செய்யவும்.

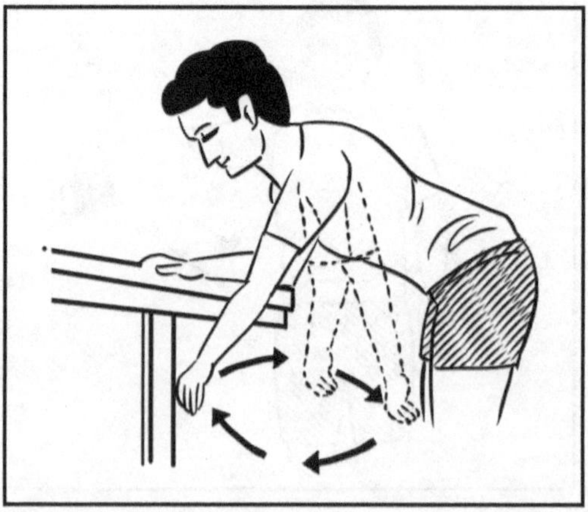

பயிற்சி - 5

படத்தில் காட்டியவாறு சுவற்றில் கையை கீழிருந்து மேல் நோக்கி ஊர்ந்து, உயர்த்திக் கொண்டு செல்ல வேண்டும்.

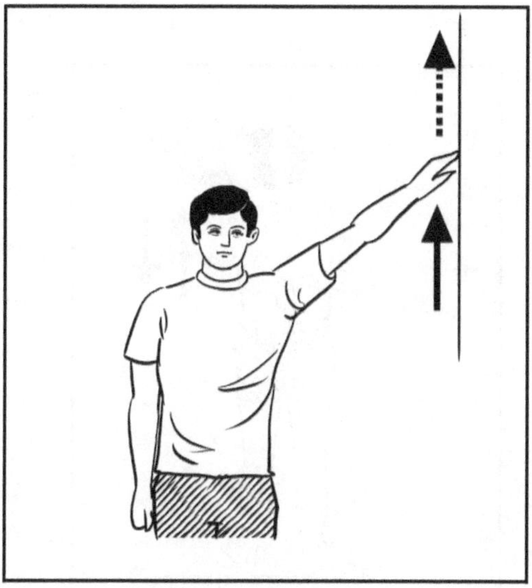

பயிற்சி - 6

வீட்டின் கூரையில் ஒரு சிறிய ராட்டினம் அமைத்து கயிற்றின் வாயிலாக மேலும் கீழும் இழுத்து பயிற்சிகள் செய்யவும்.

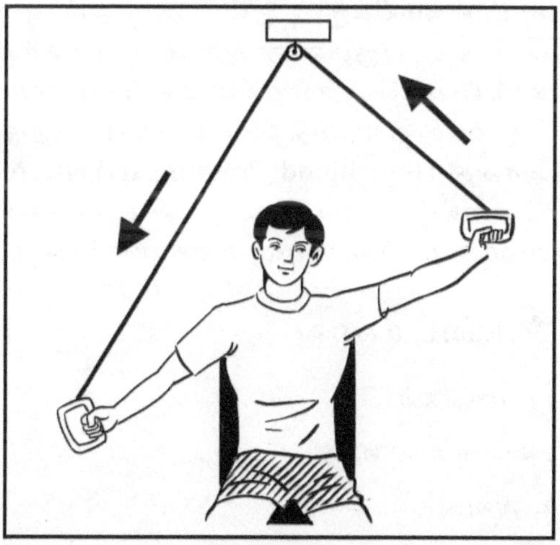

பயிற்சி - 7

படத்தில் காட்டியவாறு முதுகின் பின்புறம் ஒரு டவலை முனையில் பிடித்துக்கொண்டு மேலும் கீழும் இழுத்து பயிற்சி செய்யவும்.

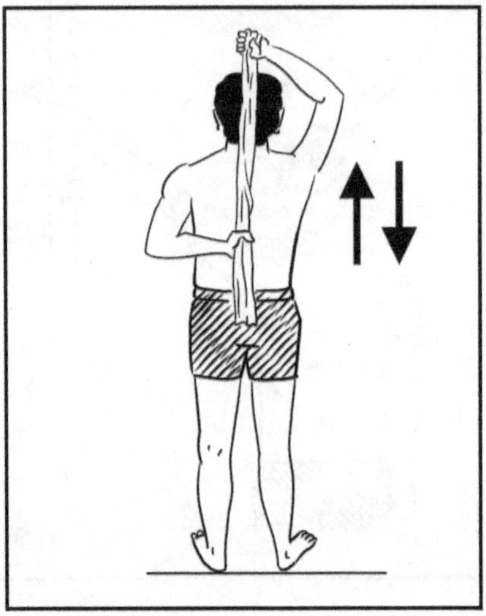

உடல் பருமன்

முழங்கால் மூட்டு வலிக்கு உடல் பருமனும் ஒரு முக்கிய காரணமாகும். உடல் பருமனின் பாரம் முழங்கால் மூட்டில் அழுத்தம் கொடுப்பதால், அங்குள்ள சவ்வு போன்ற தசைநார் பாதிக்கப்பட்டு வலி ஏற்படுத்த வாய்ப்பளிக்கிறது. மேலும் உடல் பருமனானது High Blood Pressure மற்றும் உபாதைகள் ஏற்படுத்தவும் வாய்ப்பளிக்கிறது. உடல் பருமனை அதிகரிக்காமலும், குறைக்கவும் சில வழிமுறைகளைப் பின்பற்றலாம்.

தவிர்க்க வேண்டியவை

- இனிப்பு பானங்கள்
- இனிப்பு வகை உணவுகள்
- மாமிச உணவுகள்

- கிழங்கு வகைகள்
- உறையும் தன்மை கொண்ட எண்ணெய் வகைகள் மற்றும்
- அதிக கலோரி உள்ள உணவு வகைகள்

சாப்பிட வேண்டியவை

- காய்கறிகள்
- கீரைவகைகள்
- பருப்பு வகைகள்
- முட்டை வெள்ளைக்கரு
- மற்றும் கலோரி குறைவான உணவு
- மூன்று வேளையும் தவறாமல் முக்கால் வயிறு நிரம்பும் அளவு சாப்பிட்டாலே போதுமானது.
- தினமும் உடல் பயிற்சி செய்ய வேண்டியது அவசியமாகும். உடற்பயிற்சி செய்வது ஆரோக்கியத்தை அளிக்கும்.

முடிவுரை

உலகப் புகழ் பெற்ற Dr. பால் பிராண்டிடம் ஏழு வருடங்கள் நான் பணிபுரிந்திருக் கிறேன். மற்றும் பேராசிரியர் திரு T.N ஜெகதீசன், பாபா ஆம்டே, டாக்டர் சுசிலா நய்யார், வினோபாபாவே இவர்களுடன் ஏற்பட்ட பழக்கம் எனக்கு வரப்பிரசாதமாக அமைந்தது. எனக்கு தொழுநோய் ஏற் படாமல் இருந்திருந்தால் நானும் மற்றவர் களைப்போல் ஒருவேளை வியாபாரம் செய்து நன்கு பொருளீட்டி இருக்கலாம். ஆனால் இச்சேவைகளை செய்வதற்கு வாய்ப்பு இருந்திருக்காது. ஆகையால் எனக்கு தொழுநோய் ஏற்பட்டதும் இறைவனின் கருணையாக இருக்குமோ என்று கருதுகிறேன்.

என்னுடைய முயற்சிகளுக்கெல்லாம் என் மனைவி உறுதுணையாக இருந்தார்கள். ஏன் எதற்கு என்று கேள்விகள் கேட்க மாட்டார் கள். நான் சொல்வது சரியாக இருக்கும் என எண்ணி முழு ஒத்துழைப்பையும் அளிப்பார் கள். திடீரென்று விருந்தாளிகள் வந்தால் முகம் கோணாமல் உபசரிப்பார்கள். மன நல மில்லாத என் தாயாருக்குரிய எல்லாப் பணி விடைகளையும் செய்வார்கள்.

நான் எந்த மாநாட்டிற்குச் சென்றாலும் ஒருவிதத் தடங்கலும் இல்லாமல் குடும்பத்தைக் கவனித்துக் கொள்வார்கள்.

நான் காட்பாடியிலிருந்து டெல்லி செல்லும் போதுகூட தொடர்வண்டி நிலையத்திற்கு பெட்டியில் துணிமணிகளுடன் வந்து காத்திருப்பார்கள். நான் மருத்துவமனை வேலைகளை முடித்து நேராக தொடர்வண்டி நிலையத்திற்கு வந்து தொடர்வண்டியில் ஏறி டெல்லி செல்வேன். என் மனைவி என் தங்கை களிடம் மிகவும் அன்பாக இருப்பார்கள். என் தங்கைகளும் எங்கள் குழந்தைகளை நன்கு பராமரித்து உதவினார்கள்.

எல்லா மதங்களும் நன்னெறியை போதிப்பவையாக இருப்பதால் நான் ஜாதி மத பேதமில்லாமல் ஒருவித வேறுபாடுகளு மில்லாமல் எல்லாக் கடவுள்களையுமே வணங்குவேன். பணம் சம்பாதிக்க வெளி நாடுகளில் வாய்ப்புகள் இருந்தும் உள் நாட்டிலேயே இருந்து சேவை செய்வதையே விரும்பினேன்.

எனக்கு சிறிய வயதில் தொழுநோய் ஏற்பட்டு அதன் கஷ்டங்களை அறிந்ததால் மற்றவர் கள் படும் துன்பங்களை என்னால் அறிந்து கொள்ள முடிகிறது. மக்களுக்குச் செய்யும் சேவையே இறைவனுக்குச் செய்யும் சேவை யாகக் கருதுகிறேன். அதை எப்போதும் தொடர்வேன்.

• • •

மேலும் படிக்க

Ten Fingers for God, Dorothy Clarke Wilson

The Gift of Pain, Dr. Paul Brand & Philip Yancey

Take my Hands, Dorothy Clarke Wilson

In his Image, Dr. Paul Brand & Philip Yancey

Leprosy in Theory and Practice, Dr. R.G. Cochrane

Doctor Ida Scudder, Dorothy Clarke Wilson

WHO Reports on Leprosy

• • •